ஹரிஜன மகான்கள்

T.V.சீதாராமன்

பதிப்பாசிரியர்
கோ.ரகுபதி

நீலம்

நீலம்

ஹரிஜன மகான்கள்

ஆசிரியர் : T.V.சீதாராமன் | பதிப்பாசிரியர் : கோ.ரகுபதி

முதல் பதிப்பு : டிசம்பர் 2022

நீலம் பப்ளிகேஷன்ஸ், முதல் தளம், திரு காம்ப்ளக்ஸ், மிடில்டன் தெரு, எழும்பூர், சென்னை - 600008.

நூல் வடிவமைப்பு : சிவராஜ் பாரதி

அட்டை வடிவமைப்பு : சிவராஜ் பாரதி

விலை ரூ.60

HARIJANA MAHANGAL

T.V.SEETHARAMAN
Published by : NEELAM PUBLICATIONS,
1st floor, Thiru Complex, Middleton street, Egmore, Chennai - 600008.
Printed at Ramani Print Solution, Chennai - 600041

Email : editor@neelampublications.com
Mobile : +91 63698 25175

INR : 60
ISBN : 978-93-94591-15-8

Neelam Monthly Magazine & Subscription - www.theneelam.com
Neelam Online Store - www.neelambooks.com

பதிப்பாசிரியர் குறிப்பு

கோ.ரகுபதி (1975)

தூத்துக்குடி மாவட்டம் சாத்தான்குளம் வட்டம், பிடாநேரி கிராமம், டிகேசி நகரைச் சேர்ந்தவர். தென்னிந்தியத் திருச்சபையின் T.D.T.A. நடுநிலைப் பள்ளியில் தொடக்கக் கல்வியையும் நாசரேத் மர்காஷியஸ் மேல்நிலைப் பள்ளியில் மேல்நிலைக் கல்வியையும் பயின்றார். நாசரேத் மர்காஷியஸ் கல்லூரியில் இளங்கலைப் பட்டத்தையும் திருநெல்வேலி மனோன்மணியம் சுந்தரனார் பல்கலைக்கழகத்தில் முதுகலை, முனைவர் பட்டங்களையும் பெற்றார். தமிழ்த் தினசரி ஒன்றில் மதுரையிலும் சேலத்திலும் 1999 – 2000ஆம் ஆண்டில் நிருபராகவும் மேற்குறிப்பிட்ட பல்கலைக்கழகத்தில் 2008 – 2011ஆம் ஆண்டுகளில் சமூக விலக்கல் & உட்கொணர்வு கொள்கை ஆய்வு மையத்தில் இணை ஆராய்ச்சியாளராகவும் பணியாற்றினார். தமிழ்நாடு அரசுக் கல்லூரிப் பணிக்கு 2011ஆம் ஆண்டு தேர்வாகி, சேலம் மாவட்டம் ஆத்தூர் வடசென்னிமலை அறிஞர் அண்ணா அரசுக் கல்லூரியிலும், திண்டிவனம் திரு.ஆ.கோவிந்தசாமி அரசினர் கலைக் கல்லூரியிலும், சென்னை மாநிலக் கல்லூரியிலும் வரலாற்றுத் துறையில் உதவிப் பேராசிரியராப் பணியாற்றி தற்போது மாற்றுப் பணியில் தமிழ்நாடு ஆதிதிராவிடர் & பழங்குடியினர் மாநில ஆணையத்தில் உறுப்பினராகப் பணியாற்றுகிறார். ஹிந்து ஜாதிய கட்டமைப்பின் பரிமாணம், போராட்டம் போன்றவை குறித்து ஆய்வுசெய்கிறார்.

மின்னஞ்சல் : ko.ragupathi@gmail.com

விஷய அட்டவணை

எண்.	விஷயம்	பக்கம்
	பதிப்புரை	7
	முன்னுரை	13
1.	திருவள்ளுவர்	15
2.	பாணர்	17
3.	ஔவையார்	18
4.	திருநீலகண்ட யாழ்ப்பாணர்	20
5.	திருப்பாணாழ்வார்	23
6.	கண்ணப்பர்	27
7.	நந்தனார்	33
8.	ஏனாதிநாதனார்	37
9.	கடவுள் எடுத்த வேடம்	40
10.	பிதுருக்கள் எடுத்த வேடம்	43

பதிப்புரை

ஆதிதிராவிடரே மகான்கள்!

பிரித்தானிய – இந்தியாவுக்கு முன், சிற்றரசுகளும் பேரரசுகளும் இவ்வரசுகளுக்கு அப்பாற்பட்டுச் சுதந்தரமான பூர்வக்குடிகளும் இருந்த காலத்தில் நடைபெற்ற ஜாதி, மத, இன மோதல்களைவிட கூடுதலான மோதல்களும் புதிய வகையான சிந்தனைப் போக்குகளும் உருவாகின. விவசாய உற்பத்தியை அடித்தளமாகக் கொண்ட நிலவுடைமை ஜாதிய படிநிலைக் கட்டமைப்புக்குப் பதிலாக முதலாளித்துவக் கட்டமைப்பை பிரித்தானிய ஏகாதிபத்தியம் உருவாக்கியதால், குழுவாகவும் கூட்டாகவும் செய்த 'குல'த் தொழில்களிலிருந்து விடுபட்டுத் தனி நபர்களாகவும் விரும்பியத் தொழிலையும் செய்யும் வாய்ப்பு உருவானதானது ஆதிதிராவிடர்களிடம் ஹிந்து ஜாதி ஒடுக்குமுறையிலிருந்து விடுதலைபெறும் எண்ணத்தைத் தூண்டியது.

இதுநாள்வரை செய்துவந்த பாரம்பரியத் தொழிலைச் செய்ய மறுத்தல், மாற்றுத் தொழிலைக் கைக்கொள்ளுதல், நவீன கல்வி, வேலைவாய்ப்புகளைக் கொடுத்ததோடு சமத்துவத்தைப் பேசிய கிறிஸ்துவ மதத்தைத் தழுவுதல், கல்வி, வேலைவாய்ப்புகளில் தங்களுக்கு ஆதரவாக இருந்த பிரித்தானிய ஏகாதிபத்தியத்தை ஆதரித்தல் போன்ற போக்குகள் ஆதிதிராவிடர்களிடம் வலுப்பெற்றன. நவீன கல்வி, அதிகாரம் போன்றவற்றுக்காகக் கிறிஸ்துவத்தைத் தழுவதலும் பிரித்தானியரை ஆதரித்தலும் பிராமணரிடமும் பிராமணரல்லாதோரிடமும் இருந்தது. தாங்கள், இம்மண்ணின் ஜாதியற்ற பூர்வக் குடிகளென்ற வரலாற்றை உணர்ந்த ஆதிதிராவிடர்கள், ஜாதி பேதத்தை வலிறுயுத்தும் ஆரியர்களோடு இணைய மறுத்ததோடு பிராமணர்களின் தலைமையில் இயங்கிய பிரித்தானிய ஏகாதிபத்தியத்துக்கு எதிரான இயக்கங்களைப் புறக்கணித்தனர். ஆரியர்களின் ஸநாதநத்துக்கு எதிராக ஏற்கனவே தோன்றிய பௌத்தம், சமணம் மதங்களுக்குத் திரும்பியதோடு இசுலாம், கிறிஸ்துவ மதத்தைத் தழுவும் போக்கும் ஆதிதிராவிடர்களிடம் நிகழ்ந்தது. இப்போக்குக்கு அடிப்படைக் காரணம் ஆரிய ஹிந்து மதத்தின் தீண்டாமையும் அதை ஆதிதிராவிடர் மீது ஜாதி திராவிடார்களும் பிராமணர்களும் செயல்படுத்தியதுமே என்பதை விளக்கத் தேவையில்லை. ஜாதி திராவிடர்களும் பிராமணர்களின் ஆதிக்கத்தை அனுபவிப்பதால்

ஆதிதிராவிடர்களைப்போல் போராடினர். இதனால் இவ்விரு பிரிவினரும் ஒன்றிணைவது இயல்பாகவும் தவிர்க்க இயலாமலும் நிகழ்ந்தது. பிரித்தானிய ஏகாதிபத்தியத்துக்கு எதிராகக் காங்கிரஸ் இயக்கத்தை உருவாக்கிய பிராமணர்களும் பிற ஜாதி ஹிந்துக்களும் ஆதிதிராவிடரின் ஆதரவைப் பெற வேண்டிய கட்டாயச் சூழல் உருவாகியது. மேற்குறிப்பிட்ட சூழல், தீண்டாமையை ஒழித்து ஆதிதிராவிடர்களுக்கு ஆதரவாகச் செயல்பட வேண்டிய நிலையை ஏற்படுத்தியது. இது சொல்லாகவும் செயலாகவும் வெளிப்பட்டது. அவரவர் கருத்தியல் நிலைப்பாட்டிலிருந்து ஆதிதிராவிடர்களை ஆதரித்தும் தீண்டாமைக்கு எதிராகவும் எழுதினர். திராவிட இனக்குழு வரலாற்று அடிப்படையிலும் பகுத்தறிவு, அறிவியல் கண்ணோட்டத்திலும் ஜாதியும் தீண்டாமையும் ஆரிய ஸநாதநத்தின் விளைவு என்பதால் அவற்றைக் கண்டித்தனர்; பிராமணர்களையும் ஜாதி ஹிந்துக்களையுமே திருத்த வேண்டுமென்ற நிலைப்பாட்டின் அடிப்படையில் கட்டுரைகளையும் கலையிலக்கியப் படைப்புகளையும் வெளியிட்டனர்.[1] ஆரிய ஸநாதந கண்ணோட்டத்தைக் கொண்டிருந்தோர் திருத்தப்பட வேண்டியோர் ஆதிதிராவிடர்களே என்ற நிலைப்பாட்டில் கட்டுரைகளை எழுதினர்.[2] ஜாதியும் தீண்டாமையும் பிரம்மனின் படைப்பு என நம்பியோர் அவற்றைக் கட்டிக்காக்கும் கட்டுரைகளை எழுதினர். இவையெல்லாம் பிரித்தானிய இந்தியாவில் நிகழத் தொடங்கின. இப்பின்னணியில், டி.வி.சீதாரமனின் 'ஹரிஜன மகான்கள்' ஒரு தனிச் சிறப்பான நூலாகும். இதை எழுதியவர், கேரள மாநிலம் பாலக்காடு மாவட்டம், கல்பாத்தி என்ற கிராமத்தைச் சேர்ந்தவர். இவர் பிராமணர் எனக் கருதலாம். இக்கிராமத்துப் பிராமணர்கள் தீண்டாமையைக் கடுமையாகப் பின்பற்றினர். 'தீண்டத்தகாதோர்' எனக் கருதப்பட்ட மக்கள் கல்பாத்தி அக்ரஹாரம் வழியாக நடந்து செல்லும் உரிமை கோரி 1870களில் தொடங்கியப் போராட்டம் 1930களில் வெற்றிபெற்றது.[3] தீண்டாமை தலைவிரித்தாடிய கிராமத்தைச் சேர்ந்த ஒருவர் இந்நூலை எழுதியது கவனத்துக்குரியது.

ஹிந்து ஜாதிய கட்டமைப்பால் தங்கள் உடலையும் பிற பொருட்களையும் கருவிகளாக்கி இயற்கைப் பொருட்களில் வினைபுரிந்து உற்பத்தியில் ஈடுபடும் ஆதிதிராவிடர்களைத் 'தீண்டத்தகாதோர்' என ஆரிய ஸநாதநம் கூறுகிறது. அதாவது அறிவியலைத் தீட்டென்று கூறி உற்பத்திச் செய்யும் வினைஞர்களைத் தீண்டத்தகாதோர் என்றது. அறிவியலுக்கு முரணான ஆன்மீகத்தை அறிவு என்றது. வினைஞர்களான ஆதிதிராவிடர்களையும் அறிவியலையும் அவமதித்து அவர்களைச் சிறுமைபடுத்தி ஆன்மீகத்தையும் ஆரியர்களையும் புனிதமாக்கியது. மேலே விவரித்த சூழலில் திராவிடர் x ஆரியர்

முரண் கூர்மைபெற்றதால் ஆதிதிராவிடர்களைப் போற்ற இச்சமூகங்களிலிருந்து தோன்றிய 'மகான்'களைப் பற்றி 'ஹரிஜன மகான்கள்' என்ற தலைப்பிட்டு டி.வி. சீதாரமன் நூல் எழுதினார். இது வெளியான ஆண்டு எதுவென அறிய இயலவில்லை; 1930களில் வெளியானது என ஊகிக்கலாம். ஏனென்றால், அக்காலத்தில் 'ஹரிஜன்' என்ற பெயர் காந்தியால் சூட்டப்பட்டது. நூலின் தலைப்பில் 'பாகம் 1' என இருப்பதானது சீதாராமனுக்கு அந்நூலைத் தொடர்ந்து, மேலும் சில ஆதிதிராவிட மகான்கள் குறித்து எழுத எண்ணம் இருந்ததை உணரமுடிகிறது. இரண்டாம் பாகத்தை எழுதியதைப் பற்றி அறிய இயலவில்லை.

ஹிந்து ஜாதிய கட்டமைப்பானது, ஆதிதிராவிடர்களுக்கு இழிவையும் அவமதிப்பையும் ஆரியர்களுக்கு மேன்மையையும், மதிப்பையும் சூட்டியுள்ளது. ஏற்கெனவே கூறியதுபோல், அறிவியலைத் தீட்டென்றதாலும் ஆன்மீகத்தை அறிவென்றதாலும் இது நிகழ்ந்தது. இதன் பொருள் என்னவென்றால், அறிவியலை ஆரியரும் ஆன்மீகத்தை ஆதிதிராவிடரும் அறியவில்லை என்பதாகும். அறிவியல்தான் உற்பத்தியையும் அரசியல் பொருளாதாரத்தையும் சமூகக் கட்டமைப்பையும் தீர்மானிக்கும். வாழ்க்கை முறைக்குத் தேவையான கருத்தியல்களும் நெறிகளும் இங்கிருந்துதான் உருவாகும். அதாவது, உற்பத்தியில் எவர் ஈடுபடுகின்றனரோ அவர்களிடமிருந்துதான் அறிஞர்களும் தோன்ற இயலும்; அறமும் இருக்கும். உழைப்பிலும் உற்பத்தியிலும் ஈடுபடாமல் அவற்றைத் தீட்டெனக் கூறும் குழுக்களிடமிருந்து அறிஞர்கள் உருவாகும் வாய்ப்பு முற்றிலும் இல்லை எனலாம். இதைத் தன் நூலில் ஒப்புக்கொள்கிறார். திருவள்ளுவர், பாணர், ஔவையார், திருப்பாணாழ்வார், திருநீலகண்ட யாழ்ப்பாணர், கண்ணப்பர், நந்தனார், ஏனாதிநாதனார் உட்பட சிலரை ஆதிதிராவிட சமூகத்தைச் சேர்ந்தவர்கள் என அவர் கூறுகிறார். திருக்குறளைத் தமிழ் வேதம் என ஒப்புக்கொள்கிற அதேசமயம் சிவ பக்தர்களாகக் கூறுவதில் மாறுபட்ட கருத்து உண்டு. இதைத் தனியாக விவாதிக்க வேண்டும்.

“தீண்டப்படாதவர்களென்றும், ஒடுக்கப்பட்டவர்களென்றும் கூறப்படும் நமது சகோதர வகுப்பினருள் பல மகான்கள் பல காலங்களில் தோன்றியுள்ளார்கள். அவர்களின் வரலாறுகளை அறிவதால் அவர்களுக்குள் தம் மதிப்பு ஏற்படுவதுடன், தங்கள் ஜாதியிடம் கௌரவப் புத்தியும் உண்டாகுமென்பதும், அக்கதைகளைப் பிறர் படிப்பதால் அச்சாதியாரிடம் மரியாதை காட்ட உதவுமென்பதும் கருதி” இந்நூலை வெளியிடுவதாக அதன் முன்னுரையில் 'பிரசுரகருத்தா' குறிபிப்டுகிறார். இக்கூற்று நமக்கு ஏற்படையதே.

பாரம்பரிய அறிவியல் வழி உற்பத்தியில் ஈடுபட்டு மொத்த சமூகமும் வயிறார உண்ணக் கொடுத்து, உண்டு கொழுத்தவர்களாலேயே சுரண்டப்படுவதால் உடல்மெலிந்து வறிய நிலையலிருப்பதைச் சகிக்கின்ற மனமும் ஆதிதிராவிடர்களிடம் இருப்பதால் அவர்கள்தான் மகான்கள் என்பது எம் வாதம். 'தீண்டத்தகாதோர்' என்ற ஸநாதந கண்ணோட்டத்திலிருந்து விலகி மகான்கள் அங்குத் தோன்றியதை எழுதியதால் இந்நூல் நம் கவனத்தை ஈர்க்கிறது. ஆகவே, மறுபதிப்புச் செய்யப்படுகிறது. தொடர் சமூக, அரசியல் உரையாடல்களின் விளைவாக 'ஹரிஜன்' என்ற சொல் இன்று தவிர்க்கப்பட்டாலும், அது புழங்கிவந்த காலத்தில் நடைபெற்ற செயற்பாடுகளின் நினைவாக அச்சொல்லை மாற்றாமல் 'ஹரிஜன மகான்கள்' என்றே இந்நூல் பதிப்பிக்கப்படுகிறது.

குறிப்புகள்

1. கோ.ரகுபதி, 'பறையன் பாட்டு', சென்னை: தலித்தல்லாதோர் கலகக் குரல், சென்னை: தடாகம், 2017.
2. கோ.ரகுபதி, 'காந்தியின் ஸநாதந அரசியல்', சென்னை: பரிசல், 2019.
3. கோ.ரகுபதி, 'அக்ரஹார ஊடுபோக்கு: தனி, பொதுப் பாதைக்கான விவாதம்', புதிய ஆராய்ச்சி, ஏப்ரல் 2009.

ஹரிஜனமகான்கள்.

(பாகம் I.)

T. V. சீதாராமன்,
பாத்தி போஸ்டு, பாலக்காடு.

முன்னுரை

தீண்டப்படாதவர்களென்றும் ஒடுக்கப்பட்டவர்களென்றும் கூறப்படும் நமது சகோதர வகுப்பினருள் பல மகான்கள் பல காலங்களில் தோன்றியுள்ளார்கள். அவர்களின் வரலாறுகளை அறிவதால் அவர்களுக்குள் தம் மதிப்பு ஏற்படுவதுடன், தங்கள் ஜாதியிடம் கௌரவப் புத்தியும் உண்டாகுமென்பதும், அக்கதைகளைப் பிறர் படிப்பதால் அச்சாதியாரிடம் மரியாதை காட்ட உதவுமென்பதும் கருதி, இலக்கியம், புராணம் முதலியவற்றினின்று வடிக்கப்பெற்று, இந்நூல் எழுதப் பெறலாயிற்று. புராண வரலாறுகளில் ஆங்காங்கே புகுத்தப் பெற்றுள்ள ஜாதித்துவேஷத்தை வளர்க்கக் கூடிய பாகங்கள் யாவும் முற்றிலும் விடப்பட்டு, இதனைப் படிப்பவர்களாகிய பல்வேறு ஜாதியார்களுக்குள் பரஸ்பர ஒற்றுமையும் நல்லெண்ணமும் விருத்தியாக வேண்டுமென்ற ஒரே எண்ணத்துடன் இந்நூல் உலகத்தாருக்குச் சமர்ப்பிக்கப்பட்டுள்ளது. இந்நோக்கம் நிறைவேற இறைவன் அருளுக.

பிரசுரகருத்தா

1. திருவள்ளுவர்

வள்ளுவர் என்பவர் இப்பொழுது ஆதித்திராவிடர்களுள் ஒருவகை ஜாதியாராக இருக்கின்றனர். அவர்கள் சாதாரணமாகச் சோதிடம் சொல்வதையே தொழிலாக வைத்துக்கொண்டிருக்கிறார்கள். அவர்கள் தமிழ்க் கல்வியில் தேர்ந்தவர்கள். அப்படியிருந்தும் அவர்கள் தீண்டாதவர்களே. முன்காலத்திலும் அவர்கள் அப்படியே இருந்துவந்தனராம். அப்பொழுது அவர்கள் செய்துவந்த தொழில் வேறு. அவர்கள் அப்பொழுது இராஜாங்க காரியங்களைப் பறையடித்துப் பகிரங்கப்படுத்தி வந்தார்கள். யானையின் மீது அவர்கள் ஏறிக்கொண்டு இராஜ விளம்பரங்களைச் செய்வது வழக்கம். இவ்விதம் அவர்களுக்கு அக்காலத்தில் மிக்க கௌரவம் இருந்தது.

அத்தகைய வள்ளுவர் குடியில் சுமார் இரண்டாயிரம் வருஷங்களுக்கு முன்னே ஒரு மகான் அவதரித்தார். அவர் பெயர் திருவள்ளுவர். அவர் தாயின் பெயர் ஆதி. தகப்பனாரின் பெயர் பகவன். அவர்கள் சென்னைக்கு அருகிலுள்ள மைலாப்பூரில் இருந்தனர். திருவள்ளுவர் கல்வியில் மிகவும் தேர்ந்தவரானார். அவர் சாதாரணமாக வள்ளுவர் செய்துவந்த தொழிலை விட்டுவிட்டுத் துணி நூற்று ஜீவனம் செய்யலானார்.

திருவள்ளுவர் சிவபக்தியில் மிகவும் சிறந்தவராயிருந்தார். அவர் விபூதியும் ருத்ராட்சமும் அணிந்து தினந்தோறும் சிவபூஜை செய்துவந்தார். அவர் மனைவி வாசுகி என்பவர். இருவரும் மிகவும் மேன்மையாகக் குடித்தனம் செய்துவந்தார்கள். அவர்களிடம் தெய்வசக்தி மிகவும் நிரம்பியிருந்தது.

திருவள்ளுவர் உலகத்துக்குப் பெரிய உபகாரம் செய்ய நினைத்தார். உலகத்தார் யாவரும் கற்று அறியும்படியான

நூலொன்றை அவர் எழுதலானார். அதன் பெயர் திருக்குறள். அதனில் 1330 செய்யுட்கள் இருக்கின்றன. மனிதன் அடைய வேண்டிய அறம், பொருள், இன்பம் என்னும் மூன்று விஷயங்களையும் அதனில் அவர் விவரித்துக் கூறியிருக்கிறார். அது எல்லா மதத்தார்களும், ஜாதியார்களும், எல்லாக் காலங்களிலும் படிக்கக் கூடியதாக இருக்கிறது. அதை ஸமஸ்கிருதம், லத்தின், இங்கிலீஷ், பிரெஞ்சு, ஜர்மன் முதலிய பாஷைகளில் மொழிபெயர்த்திருக்கிறார்கள். அதற்குத் தமிழ்வேதம் என்றும் ஒரு பெயரும் உண்டு.

அப்புஸ்தகத்தை எழுதி முடித்துக்கொண்டு அவர் மதுரைக்குப் போனார். அக்காலத்தில் அங்கே பெரிய தமிழ்ச் சங்கம் ஒன்று இருந்தது. அதனில் பல கல்வியாளர்கள் இருந்தனர். அவர்களிடம் ஆச்சரியகரமான ஆசனப் பலகையொன்றிருந்தது. அது பொற்றாமரை என்ற குளத்தில் மிதந்துகொண்டிருந்தது. அதனில் வித்வான்களே உட்காரலாம். ஒரு வித்வானைக் கண்டால் அது நீண்டு கொள்ளும். அறிவீனர்களுக்கு அது இடம் கொடுக்காது. அதைச் சங்கத்தார்க்குச் சிவபெருமான் கொடுத்திருந்தார்.

திருவள்ளுவர் மதுரைக்குச் சென்றவுடன் அவரை ஒருவரும் மதிக்கவில்லை. தீண்டாதவர் தம் அருகில்கூட வரக்கூடாது என்று புலவர்கள் சொல்லிவிட்டார்கள். வள்ளுவர், "எனக்கு இடம் கொடுக்காவிட்டாலும் என் புஸ்தகத்துக்காவது இடம் கொடுங்கள்" என்று கேட்டார். அதற்கு அவர்கள் ஒப்புக்கொண்டார்கள். அப்புஸ்தகம் சங்கப் பலகையில் வைக்கப்பட்டது. என்ன ஆச்சரியம்! அப்பலகையில் அனேகம் புலவர்கள் அப்பொழுது வீற்றிருக்க, அப்பலகை அவர்களையெல்லாம் கீழே தள்ளிவிட்டுத் திருக்குறளின் அளவுக்கே குறுகிவிட்டது.

தண்ணீரில் விழுந்த புலவர்களெல்லோரும் திண்டாடிக் கரையேறினர். அவர்களெல்லோரும் வள்ளுவரை வணங்க "ஐய! தெரியாமல் நாங்கள் செய்த பிழையைப் பொறுத்துக்கொள்ள வேண்டும். உங்களுக்கெதிரில் நாங்கள் புலவர்களே அல்லோம். ஆதலால் புலவர் தாங்கள் ஒருவரே. பலகை அதைக் காட்டிவிட்டது" என்று கூறி எல்லோரும் வள்ளுவரை வாழ்த்தினார்கள். அசரீரியாகத் தெய்வமும், திருக்குறளையும் வள்ளுவரையும் வாழ்த்திற்று.

எல்லோரும் திருவள்ளுவரை ஒரு தெய்வமாக இப்பொழுதும் கொண்டாடுகிறார்கள். அவரது கோயில் மைலாப்பூரில் இன்றும் இருக்கிறது. திருவள்ளுவரைவிடச் சிறந்த கல்வியாளர் வேறு எந்தச் சாதியிலும் பிறந்ததில்லை. அவரைப் பிரமனின் அவதாரம் என்றும் சிலர் கூறுவர்.

2. பாணர்

பழமையான தமிழ்க் குடிகளில் பாணர் என்பவர் ஒருவர். அவர் சிறுபாணர், பெரும்பாணர், இசைப்பாணர், யாழ்ப்பாணர், மண்டைப் பாணர் என்று பலவகையாகப் பிரிந்திருந்தனர். அவர்கள் சங்கீதத்தில் மிகவும் கெட்டிக்காரர்கள். கவிபாடுவதிலும் அவர்கள் வல்லவர்கள். நாட்டில் அவர்களுக்கு நல்ல செல்வாக்கு இருந்தது. அவர்களை ராஜாக்களும் பிரபுக்களும் மிகவும் ஆதரித்து வந்தனர். அவர்களுக்குள் மிகவும் பெரிய புலவர்களும் சங்கீத வித்வான்களும், பக்திமான்களும் தோன்றினார்கள். பாணர்களைப் பற்றித் தமிழ் நூல்களில் கணக்கில்லாத பாடல்கள் இருக்கின்றன. அப்பாடல்களிலிருந்து தமிழ்ப் பாணர்கள் அக்காலத்தில் மிகவும் கௌரவமுள்ளவர்களாக இருந்தனரென்று தெரியவருகிறது. அவர்களுள் ஔவையார் மிகவும் பெயர் பெற்றவர். ஆனால், சுமார் ஆறு ஏழு நூற்றாண்டுகளில் அவர்கள் தீண்டாதவர்களாக ஆகிவிட்டனர். ஆனாலும், அவர்கள் யாழ் வாசிப்பதிலும் தெய்வ பக்தியிலும் சிறந்தவர்களாகியிருந்தனர். அவர்களுள் சிவபக்தியில் சிறந்தவரான திருநீலகண்ட யாழ்ப்பாணர் என்பவர் ஒருவர்; பரம வைஷ்ணவரான திருப்பாணாழ்வார் என்பவர் மற்றொருவர். இவ்விதம் பல பெரியார்களின் பிறப்புக்குக் காரணமாயிருந்த பாணர் குடி தமிழ்நாட்டில் மறைந்துவிட்டது. இப்பொழுது மலையாள நாட்டில் சில பாணர்கள் இருக்கின்றனர். அவர்கள் பண்டைத் தமிழ்ப் பாணர்களிற் பின் வந்தவர்களே. அவர்கள் இன்றைக்கும் தீண்டாச்சாதியர்களாகவே இருந்துவருகின்றனர். பெரும்பாலும் அவர்கள் தாழங்குடை முடைவதால் ஜீவித்து வருகின்றனர். பாணர்களில் பெயர் பெற்ற சில மகான்களின் கதைகளை அடுத்த பாடங்களில் காண்போம்.

3. ஔவையார்

தமிழ்ப் புலவர்களுள் மிகவும் பெயர் பெற்றவர்களுள் ஔவையார் ஒருவர். குழந்தைகள் முதல் பண்டிதர்கள் ஈறாக எல்லாரும் அவரைக் கொண்டாடுகிறார்கள். அவர் பாணர் குடியில் பிறந்தார். அவர் தமிழை நன்றாகக் கற்றறிந்தார். பாடல்கள் பாடுவதில் அவர் மிகவும் பெயர் பெற்றிருந்தார். அரசர்களும் பிரபுக்களும் அவரை மிகவும் கௌரவப்படுத்தினார்கள். அவருக்குப் பணம் வேண்டும் என்ற ஆசையில்லை. ஆகையால் ஒருவரிடமும் போய் அவர் கெஞ்சமாட்டார். அவருக்கு ஏழைகளும் பணக்காரர்களும் ஒரே மாதிரிதான். அனேக சமயங்களில் அவர் குடியானவர்கள் வீட்டுக்குச் சென்று கூழும் பெறுவர். யானைகள் மீது செல்லும் அரசர்களும் அவரைக் கண்டால் கீழே இறங்கி வணங்குவர்.

ஒரு அரசர் அவரிடம் மிகவும் பிரியமாயிருந்தார். அவர் பெயர் நெடுமான். ஒரு சமயம் ஒரு முனிவர் நெடுமானிடம் வந்து ஒரு தெய்வத்தன்மை பொருந்திய நெல்லிப் பழத்தைக் கொடுத்தார். அதைத் தின்பவர்கள் வெகுகாலம் ஜீவித்திருப்பார்கள் என்று அவர் கூறினார். நெடுமான் அதனைத் தின்னவில்லை. ஏனென்றால் ஔவையார் அதை உண்பாரானால் உலகத்துக்கு நன்மை உண்டு என்று அவர் எண்ணினார். அப்படியே ஔவையாரிடம் அதைக் கொடுத்தார். அதனால் அவர் வெகுநாள் ஜீவித்திருந்தார். ஒருமுறை ஔவையார் அதியமானுக்காக வேறொரு அரசனிடம் தூது சென்று இராஜகாரியங்களையெல்லாம் பேசிவந்தார்.

ஔவையார் செய்துள்ள அபூர்வமான காரியங்கள் பல. ஒருசமயம் இரண்டு ஏழைப் பெண்கள் அவருக்கு ஒரு சிற்றாடையும் நல்ல ஆகாரமும் கொடுத்தனர். அதற்காக

ஔவையார் அவர்கள்மீது பிரியம் கொண்டார். அவர்களுக்குக் கலியாணம் செய்துவைக்க எண்ணி அரசர்களையெல்லாம் அதற்கு வரவழைத்தார். மற்றொரு சமயம் ஔவையார் பாட்டைக் கேட்க சுப்பிரமணியக் கடவுள் வந்தார். அவர் கேட்ட கேள்விகளுக்கெல்லாம் ஔவையார் பாட்டில் பதில் பகர்ந்தார். ஒரு ஊரில் காய்ந்து கிடந்த ஒரு பனைமரத்தை அவர் காய்க்கச் செய்தார். ஔவையார் வெகுநாள் ஜீவித்திருந்தார். அவருக்கு விநாயகக் கடவுளிடம் பக்தி அதிகம். விநாயகக்கடவுளே அவரைத் தம் துதிக்கையால் எடுத்துக் கைலாசத்தில் சேர்த்தனர்.

ஔவையாரைப் பற்றி அநேகம் கதைகள் உண்டு. அவற்றையெல்லாம் நாம் மேல் வகுப்புகளில் படிப்போம். அவர் பாணர் என்பதும், ஆனால் அவரைவிடக் கல்வியிலும் பக்தியிலும் சிறந்தவர் வேறு ஒருவரும் இல்லை என்பதும் நம்மால் கவனிக்கப்பட வேண்டும்.

ஔவையார் ஒரு ஸ்திரீ. அவரைப் போல நமது நாட்டின் பெண்களும் படித்து முன்னுக்கு வர வேண்டும். அவருக்கு நம் தமிழ்நாட்டிலும் தமிழ் மொழியிலும் பிரியம் வெகு அதிகம். அவரைப்போல நாமும் நம் தமிழ்நாட்டையும் மொழியையும் நேசிக்க வேண்டும்.

❖ T.V.சீதாராமன்

4. திருநீலகண்ட யாழ்ப்பாண நாயனார்

சுமார் ஆயிரத்து முன்னூறு வருஷங்களுக்கு முன்னே பாணர் குடியிலே திருநீலகண்டர் என்ற ஒரு மகான் அவதரித்தார். அவர் சிறுவயது முதற்கொண்டே சிவபெருமானிடம் மிகவும் பக்தி கொண்டிருந்தார். யாழ் வாசிப்பதில் அவருக்கு இணை அக்காலத்தில் எவரும் இல்லை.

அவர் பெரியவராக ஆனவுடனே தம் ஊரைவிட்டுப் புறப்பட்டுப் பல ஊர்களுக்கும் சென்று, சிவன் கோயில்களையெல்லாம் தரிசனம் செய்துவந்தார். பின்பு அவர் மதுரைப் பதியையும் அடைந்தார். தென்னிந்தியாவில் மிகவும் பேர் பெற்ற கோயில்களுள் மதுரை ஒன்று. அங்கு இருக்கும் கடவுளின் பெயர் சொக்கநாதர். அம்மனின் பெயர் மீனாட்சி. நீலகண்டர் அக்கோயிலுக்குள் போகப் பயந்துகொண்டு கோயில் வாசலில் நின்றுகொண்டே தமது யாழை மீட்டி இனிமையான பாடல்களைப் பாடலானார். அவரது பாடலின் ஓசை ஆகாயம் எங்கும் நிரம்பியது. அப்படி அவர் ஒருநாள் முழுவதையும் அங்குக் கழித்தார்.

சிவபெருமானுக்கு அவரிடம் மிகுந்த அன்பு உண்டாயிற்று. மற்றை நாளிரவு ஈசன் தம் கோயிலில் வேலை செய்யும் அடியார்களின் கனவில் தோன்றி, "எமது அன்பன் கோயில் வாசலில் நின்றுகொண்டு எம்மைப் பாடுகின்றான். அவனை எம் முன்பு அழைத்துக்கொண்டு வாருங்கள்" என்று கட்டளையிட்டார். அவ்விதமே அவர்கள் காலையிலெழுந்து, நித்தியக் கடன்களை முடித்துக்கொண்டு கோபுர வாயிலில் வந்தார்கள். அவர்கள் அங்கு யாழ் வாசித்துக்கொண்டு நின்ற பாணரின் கால்களில் வீழ்ந்து கடவுளின் கட்டளையைக் கூறினார்கள். அவரும் கண்களில் நீர் வழிய, "எம்பெருமான்

கருணை என்ன!" என்று ஆச்சரியப்பட்டு உள்ளே நுழைந்தார். அடியார்கள் எல்லோரும் அவரைச் சூழ்ந்து கொண்டு போயினர்.

அவர் அங்கு போய் கடவுளைக் கண்ணாரக் கண்டார்; தரை மீது புரண்டு விழுந்து வணங்கினார். பின்பு அவர் முன் உட்கார்ந்துகொண்டு மனமுருகிப் பாடலானார். ஈசுவரனின் திருவிளையாடல்களை யெல்லாம் அவர் பாடிக்கொண்டே யாழையும் வாசித்தனர். அதன் இனிய ஒலியைக் கேட்டு யாவரும் ஆச்சரியத்தனர். அப்பொழுது ஒரு அசரீரி கேட்டது. "எனது அன்பன் தரையில் உட்கார்ந்து பாடினால் அவனது யாழ் பாழ்படும். அவனுக்கு ஒரு ஆசனம் இடுங்கள்" என்று அவ்வசரீரி கூறிற்று.

என்ன ஆச்சரியம்! மன்னர் மன்னர்கள் எல்லோரும் தெய்வத்தின் முன் நிற்க வேண்டியவர்களே. அப்படியிருக்க நமது பாணரின் பெருமையைக் கண்டு எல்லோரும் ஆச்சரியப்பட்டனர். தங்கத்தினாலான ஒரு பீடத்தை அவர்கள் அவருக்கு இட்டார்கள். பாணரும் அதை வணங்கி அதன் மீது ஏறினர்.

இவ்விதம் நீலகண்டர் சில காலம் அங்கே தங்கியிருந்தார். பிறகு அவர் பல தலங்களையும் தரிசித்துத் திருவாரூர் வந்து சேர்ந்தார். அங்கும் அவர் கோயிலுக்கு வெளியே நின்றுகொண்டு தம் யாழை வாசித்தார். கடவுள் அன்பரைத் தம் நேரில் வரவழைத்துக்கொள்ள எண்ணி, அவர் நுழையும் படியாக ஒரு வாசல் வடபுறத்தில் உண்டாக்கிக் கொடுத்தனர். அதன் வழியாக அவர் நுழைந்து கடவுளைத் தரிசித்தனர். அதற்கு விட்டவாசல் என்று பெயர். அன்று முதல் அந்த வாசலே அக்கோயிலில் மேன்மை பெற்றதாக ஆகிவிட்டது. பெரிய கோபுர வாசல் எல்லோராலும் தள்ளப்பட்டது. இவ்விதம் தமக்காக விட்ட வாசல் வழியாகப் பாணர் உள்ளே நுழைந்து சுவாமியை வணங்கி வந்தார்.

இப்படியிருக்கும் காலத்தில் சீர்காழி என்னும் ஊரில் ஞானசம்மந்தர் என்ற ஒரு பெரியவர் பிறந்திருந்தார். அவர் மூன்று வயதுக் குழந்தையாயிருந்த பொழுதே கடவுள் அனுக்ரகம் பெற்றார். ஈசுவரி அவருக்கு ஞானப்பாலை ஊட்டினார். அவருக்குக் கடவுளால் ஒரு பொன் தாளமும் கொடுக்கப்பட்டது. அதற்கு நாதமும் உண்டு. அவர் சிவாலயங்களுக்கு எல்லாம் சென்று கடவுளைப் பாடி வந்தனர். அவர் பல அபூர்வமான காரியங்களையும் செய்தார்.

இவற்றையெல்லாம் பாணர் கேட்டார். ஞானசம்பந்தருடனேயே இருக்க வேண்டுமென்ற ஆசை அவருக்கு உண்டாயிற்று. அவ்வண்ணமே அவர் சீர்காழி வந்தார். அவர் வரவைக் கேட்ட சம்மந்தர் எதிரே வந்து உபசாரம் பண்ணி அழைத்து வந்தார். இருவரும் சிவபிரான் கோயிலுக்குச்

சென்றனர். அங்கு சம்மந்தர் பாடப் பாணர் யாழ் வாசித்தனர். ஊரார் அனைவரும் மிகவும் மனமுருகிக் கேட்டுக்கொண்டிருந்தார்கள்.

பாணர் சம்மந்தர் பின்னோடேயே இருந்துவந்தார். பாணருடைய ஊருக்குச் சம்மந்தர் ஒருசமயம் போனார். அவ்வூரார் பாணரைக் கொண்டாடினார்கள். அவரது யாழின் பெருமையால்தான் சம்மந்தரின் பாட்டுச் சிறந்தது என்று கூறினார்கள். பாணர் சம்மந்தரிடம் மிகவும் பக்தி உள்ளர். மேலும் பெரியோர்கள் மிகவும் அடக்கம் உடையவர்களாகவே இருப்பர். ஒருபோதும் அவர்கள் கருவத்துக்கு இடம் கொடுக்க மாட்டார்கள். அதன்மேல் அவர் சம்மந்தரை நோக்கி, "ஐய! யாழில் அடங்காதபடி ஒரு பாட்டுப் பாட வேண்டும்" என்றனர். சம்மந்தரும் 'யாழ்முறிப்பாட்டு' என்று ஒன்று பாட அது யாழில் அடங்கவில்லை. இவ்விதம் பாணர் தமது அடக்கத்தை வெளிப்படுத்தினார்.

சம்மந்தருக்குப் பதினாறு வயதானபொழுது அவருக்குத் திருமணம் நடந்தது. அம்மணத்தின் பின் சம்மந்தர் ஒரு பெரிய நெருப்பு மூட்டி அதனில் நுழைந்தனர். அவருடன் அங்கிருந்த பந்தர்கள் அனைவரும் நுழைந்தார்கள். திருநீலகண்ட யாழ்ப்பாணரும் நுழைந்து கைலாயம் அடைந்தார்.

நமது பாணரை நாயன்மார்களுள் ஒருவராகப் பின்னால் வந்தவர்கள் சேர்த்துவிட்டார்கள். அவருடைய விக்கிரகங்கள் கோயில்களில் வைக்கப்பட்டிருக்கின்றன. எல்லா ஜாதியாரும் அவரை வணங்குகின்றனர். அவரைப்போல் நமக்கும் அடக்கமும் அன்பும் உண்டாக வேண்டும்.

"திருநீலகண்டத்துப் பாணர்க்கடியேன்"

5. திருப்பாணாழ்வார்

கடவுள் மிகுந்த கல்யாண குணங்கள் நிறைந்தவர். அவருக்கு நம்மிடம் உள்ள கருணைக்கு அளவே இல்லை. அவர் எக்காரியத்தையும் செய்ய வல்லவர். எல்லாம் அவருக்குத் தெரியும். அவர் இராத இடம் இல்லை. அப்படியிருந்தும் அவரை எவரும் அடையலாம். ஒரு சமயம் அவர் ஒரு யானையைக் காப்பதற்காக வெளித் தோன்றினார். மற்றொரு சமயம் அவர் தம்மிடம் பக்தி கொண்ட வானரரோடு சமமாகச் சாப்பிட்டார். அவருக்கு ஏழை எளியவர் என்பது இல்லை. ஸ்திரீ புருஷர் என்ற வேற்றுமை இல்லை. உயர்ந்தவர் தாழ்ந்தவர் என்ற வித்தியாசம் அவரிடம் இல்லை. இவற்றை அறிந்து பெரியோர்கள் அவரையே தியானித்து வருவர். அவருடைய குணங்களையே நினைப்பர். அவரது கதைகளையே பாடுவர். இப்படிக் கடவுளின் குணங்களிலேயே அவர்கள் ஆழ்ந்து கிடப்பர். அவர்களுக்கு ஆழ்வார் என்று பெயர்.

ஆழ்வார்களை நாம் கடவுளுக்கு அடுத்தபடியாகக் கொண்டாடுகின்றோம். அவர்களுடைய விக்கிரகங்களைக் கோயில்களில் வைத்துக் கும்பிடுகிறோம். அவர்கள் இன்ன ஜாதியார் என்று ஒருவரும் விசாரிப்பதில்லை. அப்படிப்பட்ட ஆழ்வார்களுள் திருப்பாணாழ்வார் என்பவர் ஒருவர்.

பாணர் யாழ் வாசிப்பவர் என்று முன்பே படித்தோமல்லவா? நமது ஆழ்வாரும் சங்கீதத்தில் மிகவும் தேர்ந்திருந்தார். ஆனால், பாட்டுப் பாடி வயிறு வளர்க்க வேண்டுமென்று மற்றப் பாணர்களைப் போல் அவர் அலையவில்லை. அவர் இளமை முதற்கொண்டே பகவானிடம் மிகவும் பக்தி கொண்டிருந்தார். தினந்தோறும் அவர் தமது யாழைக் கையில் எடுத்துக்கொண்டு

பகவான் பேரில் பல பாடல்கள் பாடுவர். அப்பொழுது அவர் உடல் சிலிர் சிலுக்கும்; கண்களிலிருந்து நீர் சொட்டும்; நாக்குக் குழறும்; கைந்நடுங்கும். பிறகு அவர் மனத்தைத் தேற்றிக்கொண்டு, "பகவானே! எனது பாட்டுகளாகிய மாலைகளை ஏற்றுக்கொள்ளும்" என்று சொல்லிப் பாடுவார். பிறகு, "தெய்வமே! உம்முடைய மேன்மையான குணங்களை நான் எப்படிப் பாடுவேன்!" என்று சொல்லித் தேம்பித் தேம்பி அழுவர். அவருக்கு வேறு விதமான கவலைகளே இல்லை. இவ்விதம் அவரது வாலிபம் கழிந்தது.

திருப்பாணர் பெரியவரானார். அவருக்குப் பக்தி மேன்மேலும் பெருகியது. அவரது ஊருக்கருகிலுள்ள ஸ்ரீரங்கநாதர் கோயிலை அவர் அடிக்கடி தூரத்திலிருந்தே பார்த்தார். அங்கே சயனங்கொண்டிருக்கும் பகவானிடம் அவர் மனம் சென்றது, அவரது நீண்ட உருவத்தையும், கருணை ததும்பிக்கொண்டிருக்கும் முகத்தையும், தாமரை போன்ற பாதங்களையும் அவருக்கு நேரில் காண வேண்டுமென்ற ஆசை உண்டாயிற்று. ஸ்ரீரங்கநாதரின் அழகையும் பெருமைகளையும் பற்றி அவர் நூல்களில் படித்திருந்தார். ஆனாலும், அவர் எவ்வாறு அத்தெருக்களில் நுழைவர். கோயிலுக்குள் எவ்விதம் செல்வர்! அதனால் அவர் பின் வாங்கவில்லை.

அரங்கநாதர் சந்நிதியில் தெற்கே காவிரியாறு ஓடிக்கொண்டிருக்கிறது, அதற்குத் தென்கரையில் ஸ்வாமிகோயிலுக்கு நேரெதிராக ஓரிடத்தைத் திருப்பாணர் குறித்துக்கொண்டார். தினந்தோறும் அவர் காவிரியில் முழுகி, மடி உடுத்துக்கொண்டு, நெற்றியில் நாமமிட்டு, குறிப்பிட்ட இடத்தில் வந்து யாழை மீட்டி இன்பமாகப் பாடுவர். பகவானை இவ்வாறு அதிக நேரம் தோத்தரித்துவிட்டு அவர் அப்பால் செல்வர். இப்படி ஒருநாள் கூடத் தவறாமல் பல வருஷங்கள் கழிந்தன. அவருக்கு வயது ஐம்பதும் ஆயிற்று. ஸ்ரீரங்கநாதரும் அரங்கநாயகியுடன் தினந்தோறும் அவ்வினிய கீதத்தைச் செவியாரக் கேட்டுவந்தனர்.

ஒருநாள் அரங்கநாயகி ஐயனை நோக்கிப் "பகவானே! நமது பக்தன் எத்தனை காலமாய் நம்மைப் பூஜித்துவருகின்றான்? தாங்கள் அவனுக்குக் கிருபை செய்யலாகாதோ?" என்று கேட்டனர். அப்பொழுது பகவான் "நமக்கும் அக்கவலையுண்டு. திருப்பாணனிடம் நாம் கொண்டுள்ள அன்புக்கு எல்லையே யில்லை. அவனைப் பாணன் என்று மூட உலகம் நினைக்கிறது. நமக்கு ஜாதி வித்தியாசமில்லை. எவன் பக்தியுள்ளவனோ, அவனே பிர்ாமணன். எவனுக்கு எம்மிடம் பக்தியில்லையோ அவனே எமக்குத் தீண்டாதவன். இதனை உலகத்தாருக்கு நாம் காட்ட வேண்டும். அவ்விதம் நாளையே செய்வோம்" என்றனர்.

மறுநாள் வழக்கம் போலத் திருப்பாணர் பரிசுத்தமாகக் காவிரியின் தென்கரையில் நின்றுகொண்டு வீணையும் கையுமாய்ப் பாடலாயினர்.

அவர் முற்றிலும் பக்தியில் ஈடுபட்டு விட்டமையால் அவர் தம்மை முழுமையும் மறந்துவிட்டார். அவரை யறியாமலே அவர் கண்களில் நின்று நீர்சொரிந்தன.

அச்சமயம் உலோகசாரங்கர் என்ற ஒருவர் ஆற்றிற்கு வந்தார். அவர் தினந்தோறும் ஸ்ரீரங்கநாதரின் திருமஞ்சனத்திற்குக் காவிரி ஜலம் கொண்டுபோவது வழக்கம். அவர் வரும்போதும் போகும்போதும் அவர் சமீபத்தில் யாரும் போகலாகாது. அவர் காவிரியில் இறங்கி ஸ்நாநம் செய்து, பட்டுடுத்தி, திருமண் பூசி, ஜபம் செய்து, வெள்ளிக்குடத்தில் ஸ்வாமியின் அபிஷேகத்திற்காகத் தீர்த்தம் எடுத்தனர். அப்பொழுதுதான் அவர் பாணர் அங்கு நின்றுகொண்டிருந்ததைக் கண்டார். அவர் தமது புண்ணிய தீர்த்தம் பாணனால் தீண்டல் படும் என்று எண்ணிக் கைகளைக் கொட்டினார். பாணரின் எண்ணம் இவ்வுலகத்திலேயே இல்லை. ஆதலால் அவர் காதுகளில் ஒன்றும் விழவில்லை. உலோகசாரங்கர் அவரருகிற் சென்றால் அபிஷேக தீர்த்தம் தீண்டல் படும் என்றெண்ணி ஒதுங்கிச் சென்றார். சிறிதுநேரம் கழித்துப் பாணரின் நிஷ்டை கலைந்தது; அவரும் அப்பால் அகன்றனர்.

அன்று கோயிலில் பூஜை சரிவர நடைபெறவில்லை. திருமஞ்சன நீர் சிதறுண்டது; விளக்குகள் நடுங்கின; மேளம் முதலிய வாத்தியங்கள் இனிய குரலையெழுப்ப முடியாமல் கிழிந்தும் உடைந்தும் கிடந்தன; நைவேத்தியம் கைதவறிற்று; அவற்றையெல்லாம் கண்டு அர்ச்சகர்கள் நடுநடுங்கினர். அருகில் உறையூரிலிருந்த சோழனும் அவற்றைக் கேட்டு அஞ்சினான்.

அன்றிரவு வந்தது. உலோகசாரங்களின் கனவில் பகவான் தோன்றினார். அவர் சாரங்கனைப் பார்த்து "அடா! மூடனே! நீ பிராமணன் என்ற கருவத்தால் என் பக்தனை அலக்ஷியஞ் செய்தாய். ஞானமுள்ளவனே பிராமணன் என்பதை நீ அறிந்துகொள்ளவில்லை. திருப்பாணாழ்வார் வேறு, நாம் வேறில்லை. ஆதலால் நாளை நீ காவிரி சென்று திருப்பாணனைக் கைப்பிடித்து அழைத்துக்கொண்டு எமது சந்நிதியில் கொண்டுவந்து சேர்க்க வேண்டும். இன்று முதலாகவாவது உங்களுக்கு இந்த ஜாதித் துவேஷம் போகட்டும்" என்று கூறினர்.

உலோக சாரங்கர் உடனே எழுந்தார். தாம் செய்த பெரிய குற்றத்தை நினைந்து நினைந்து வருந்தினார். கடவுளின் கருணையைக் கருதிக் குதூகலித்தார். அன்று முதல் தாம் ஜாதி வேற்றுமை காட்டுவதில்லையென்று அவர் தீர்மானித்துக்கொண்டார்.

மறுநாள் விடிந்தது. அவர் மிகவும் பயபக்தியுடன் ஆற்றங்கரைக்குச் சென்றார். அங்கு ஆழ்வார் வழக்கம்போல நின்றுகொண்டு மனமுருகிப் பாடிக்கொண்டிருந்தனர். உலோக சாரங்கர் அவரிடம் ஓடி அவர் பாதங்களில் விழுந்து பகவானின் கட்டளையைத் தெரிவித்தனர்.

அம்மொழிகளைக் கேட்டவுடன் ஆழ்வார் கண்ணீர் சொரிந்து, "நாயினும் தாழ்ந்தவனாகிய என்னிடம் பகவான் இவ்வளவு கருணை காட்டினாரே! ஒரு மந்திரமுமறியாத என்னை எல்லா வேதங்களுமறிந்த பிராமணரோ வணங்குவது? நான் மிதிக்கலாகாத தெருவில் அந்தணர் என்னை அழைத்துச் செல்வதோ? ஈசுவரா! உமது திருவுள்ளத்தை நான் எவ்விதம் அறிவேன்!" என்று வருந்தினர். அப்பொழுது பிராமணர் "கடவுள் மொழிக்குக் குறுக்குச் சொல்லலாகாது. தங்களைப் போன்ற பெரியவர் உலகத்தில் எங்கும் இல்லை. நீர் கடவுளே. உமக்குக் குற்றம் செய்த என்னை மன்னிக்க வேண்டும். வந்தருள்க" என்று கூறி, சகல மரியாதைகளுடன் அழைத்துக்கொண்டு வீதிகள் வழியே சென்றனர்.

ஊரிலுள்ளோர் யாவரும் அவர்களைச் சூழ்ந்து கொண்டார்கள். அவர்கள் யாவரும் தாங்கள் அதுவரையில் செய்துள்ள குற்றத்தை எண்ணி எண்ணி வருந்தி, ஆழ்வாரைக் கொண்டாடிக்கொண்டே பெருமாள் சந்நிதியில் வந்து சேர்ந்தனர். பாணாழ்வார் சரேரென்று ஆண்டவன் அருகு சென்று, "நெடுங்காலமாய்க் காண வேண்டுமென்று கருதித் தவித்த பொருளைக் கண்டேன்! கண்டேன்" என்று கூத்தாடிப் பலவிதமாகப் பரவினர். அவர் தம்மை முற்றிலும் மறந்து தெய்வ வசமாகி, 'அமலனாதிபிரான்' என்னும் பாசுரத்தைப் பாடிக் கடைசியாக,

கொண்டல் வண்ணனை, கோவலனாய் வெண்ணெய்
உண்டவாயன் என் னுள்ளங் கவர்ந்தானை,
அண்டர் கோனணி யரங்கன், என் அமுதினைக்
கண்ட கண்கள் மற்றொன்றினைக் காணாவே.

என்று பாடினார். அதன் பொருள், "மேகநிறத்தவனை, இடையனாய் அவதரித்து வெண்ணெயைத் திருடின வாயனை, என் மனத்தையும் திருடிக்கொண்டவனை, தேவர்களின் அரசனை, அழகான ஸ்ரீரங்கனாதனை என் அமுதத்தை, கண்ட கண்கள், இனி வேறொன்றையும் காணமாட்டா" என்பது. இப்பாடல்களைக் கேட்டவுடன் ஈசுவரன் இனித் தாமதிக்கலாகாது என்று எண்ணிக்கொண்டவர்போல ஆழ்வாரைத் தமது அழகிய அடிகளில் சேர்த்துக்கொண்டனர். தேவர்கள் பூமாரிபொழிந்தனர். மனிதர்களெல்லோரும் வாழ்த்தினர்.

திருப்பாணாழ்வார் திருவடிகளே சரணம்.

6. கண்ணப்பர்

நமது நாட்டிலே பல ஜாதிகள் இருக்கின்றன என்று முன்பே பார்த்தோம். அவற்றுள் வேட்டுவஜாதி என்பது ஒன்று. வேடர்களின் தொழில் காடுகளிலும் மலைகளிலும் உள்ள மிருகங்களை வேட்டையாடி ஜீவிப்பது. அரசர்களும் பிரபுக்களும் வேட்டைக்குச் செல்வார்களானால் இவ்வேடர்களின் உதவி மிகவும் அதிகமாக வேண்டும். அவர்கள் மிகவும் தைரியசாலிகள். அவர்களுக்கு மிகுந்த கௌரவம் இருந்தது. அவர்களுள் சில ராஜாக்களும் இருந்தனர். சுப்பிரமணியக் கடவுள் ஒரு வேடராஜாவின் பெண்ணான வள்ளியை மணம் புரிந்து கொண்டார். இப்பொழுது அந்த ஜாதி முன்பிருந்த பெருமையை இழந்திருக்கிறது. தமிழ்நாட்டில் அவ்வேடர்கள் தங்கள் தொழிலை மாற்றிக்கொண்டு, நிலங்களை உழும் குடியானவர்களாகிவிட்டனர். மலை நாடுகளில் அவர்களை நாயாடிகள் என்கின்றனர். நாயாட்டு என்றால் வேட்டை என்று பொருள். அவர்கள் இன்னும் காடுகளிலும் மலைகளிலும் வசித்துவருகின்றனர். அவர்கள் முன்பு தங்களுக்கிருந்த பெருமை எல்லாம் இழந்து மிகக்கேவலமான நிலையிலிருக்கின்றனர். அவர்களை முன்னுக்குக் கொண்டுவரும் பொருட்டுத் துரைத்தனத்தாரும் பொதுஜனங்களும் பாடுபட்டுவருகின்றனர். அந்நாயாடிகளென இப்பொழுது வழங்கும் வேடுவர்களில் முன் காலத்தில் ஒரு மகா புருஷர் தோன்றியிருந்தார். அவருடைய பெயர் கண்ணப்பர். அவரைச் சிவன் கோயில்களில் ஒரு தெய்வமாக வைத்துக் கொண்டாடுகிறார்கள்.

கண்ணப்பருக்கு முதலில் திண்ணன் என்று பெயர் இருந்தது. அவர் தகப்பனார் இப்பொழுதுள்ள சித்தூர் ஜில்லாவிற்கு

❖ T.V.சீதாராமன்

27

அருகில் ஒரு பெரிய காட்டில் வேடராஜாவாக இருந்தார். திண்ணனார் மிகவும் பலசாலியாகவும், அழகுள்ளவராகவும் காணப்பட்டார். அவருக்கு எழுதப் படிக்கத் தெரியாமற் போனாலும் அவர் வில், வாள் முதலான ஆயுதங்கள்ளை எடுத்து உபயோகிப்பதில் மிகச் சமர்தராயிருந்தார்.

ஒருநாள் அவர் பல வேடுவர்களோடு காட்டில் வேட்டையாடச் சென்றிருந்தார். அன்றைய தினம் அவர்களால் கொல்லப்பட்ட மிருகங்களுக்குக் கணக்கில்லை. கடைசியாக திண்ணனார் ஒரு பெரும் பன்றியைத் துரத்திக்கொண்டு ஓடினார். அது அவரை வெகுதூரம் இழுத்துக்கொண்டு சென்றுவிட்டது. வேடர்களால் அவருடன் வர முடியவில்லை. நாணன், காடன் என்ற இருவர்களே அவரைப் பின் தொடர்ந்தனர். அம் மூவரும் வெகுதூரம் சென்று கடைசியாக ஒரு ஆற்றங்கரைக்கு அருகில் ஒரு மலைச் சரிவில் அப்பன்றியைக் கொன்றனர்.

அவர்கள் மிகவும் களைத்துவிட்டனர். பசியும் தாகமும் அவர்களுக்கு அதிகமாகவிட்டன. திரும்பி அவர்களால் போகக் கூடவில்லை. அங்கேயே ஓரிடத்தில் அப்பன்றியைச் சமைத்துச் சாப்பிட்டுவிட்டுச் சற்றுக் களைப்பாறிப் போகலாம் என்று அவர்கள் தீர்மானித்தார்கள்.

அங்கு அவர்கள் உட்கார்ந்திருந்த பொழுது அவர்களுக்குக் கெதிரில் ஒரு மலை தோன்றிற்று. திண்ணனார் அது என்ன மலை என்று வினவினார். நாணன், “அதற்குக் காளத்திமலை என்று பெயர்! அங்கே குடுமித்தேவர் என்று ஒரு சுவாமி இருக்கிறார். அவர் மிகவும் பெரியவர்; மிகவும் நல்லவர்” என்று கூறினான். அதைக் கேட்டுத் திண்ணனார். “ஆஹா! அப்படியானால் நாம் போய்ப் பார்த்து வருவோம். காடன் இங்கு மரங் கடைந்து நெருப்புப் பண்ணி இப்பன்றியைச் சமைக்கட்டும். அதற்குள் வந்துவிடலாம்“ என்றனர். அவ்விதமே இருவரும் கிளம்பிவிட்டனர்.

அவர்கள் மலைமீதேறும்போது திண்ணனாருக்கு அவரை அறியாமலே கடவுளின் மீது அன்பு உண்டாகிவிட்டது. அவர் ஏதோ வெகு நாளாக விட்டுப் பிரிந்திருந்த ஒரு பந்துவைக் காண ஓடுவதுபோல் ஓடினார். அங்கு மலையின் உச்சியில் தனிமையான ஓரிடத்தில் சிவலிங்கம் ஒன்றிருந்தது. அதனைத் திண்ணனார் கண்டார். அவருக்கு ஒன்றும் விளங்கவில்லை. அவர் கையிலிருந்த வில் நழுவிக் கீழே விழுந்தது. அவர் கடவுளினிடத்தில் ஓடி, லிங்கத்தைக் கட்டிக்கொண்டு, “ஐயா! இங்கு எனக்கு அகப்பட்டீரே! அச்சோ” என்று கூவினார். பின்பு அவரை நோக்கி, “ஐயோ! தனியாக இந்தக் காட்டில் கரடியும், புலியும், பாம்பும், யானையும் திரியும் இடத்தில் இருக்கிறீரே! உம்மைக் காப்பாற்ற இங்கு ஒருவரும் இல்லையே!” என்று பரிதாபப்பட்டார். பிறகு சுவாமியின் மேல் நீர் கொட்டப்பட்டும், பூ வைக்கப்பட்டும்

இருப்பதைக் கண்டு நாணனை நோக்கி, "இது யார் செய்தது?" என்றனர்.

நாணன், "முன் ஒரு தடைவ நாங்கள் வேட்டையாடிக்கொண்டு இங்கு வந்திருந்தோம். அப்பொழுது ஒரு பிராமணர் இங்கு வந்து ஜலம் கொண்டு இவரைக் கழுவி, பூவைச் சாத்தி, சோறு ஊட்டி, ஏதோ சொல்லித் தோத்திரம் செய்தனர். அவரே இன்றும் செய்திருக்கலாம்" என்று விடை கூறினான். இதுவே திண்ணனாருக்குப் பெரிய உபதேசம் ஆயிற்று. உடனே அவர், 'என் அப்பனுக்கு இதுவே விருப்பமானால் நானும் இப்படியே செய்வேன்' என்று சொல்லித் திரும்பிவிட்டார்.

அவர் திரும்பி ஓடிவந்தார். காடன் அதற்குள் அப்பன்றியை நன்றாய் வேகவிட்டிருந்தான். திண்ணனார் அம்மாமிசத்தை அறுத்து அதுக்கிப் பார்த்து, நன்றாக வெந்த பாகத்தை எடுத்துக்கொண்டார். அதனையும் நறுக்கித் துண்டமாக்கிப் பல்லில் வைத்துக் கடித்து நல்ல உருசியுள்ள துண்டங்களை மாத்திரம் ஒரு இலையில் எடுத்துக்கொண்டார். அவற்றுடன் வெகுவேகமாக அவர் மலையில் மறுபடியும் ஏறலானார். போகும் வழியில் அவர் பூக்களைப் பறித்துத் தலையில் சொருகிக்கொண்டார். ஆற்றின் ஜலத்தில் ஒரு கையெடுத்து வாயில் அடக்கிக்கொண்டார். அப்பொழுது நாணனும் கூடச் சென்றான்.

திண்ணனார் அங்குச் சென்று கடவுள் முன் மாமிசத்தை வைத்தார். அவர் காலிலுள்ள செருப்பினால் சிவ பெருமான் தலைமீதுள்ள பழைய பூவை அகற்றினார். பின் தம் வாயிலுள்ள நீரைச் சுவாமி மேல் உமிழ்ந்தனர். அதன் மேல், கீழே வைத்துள்ள மாமிசத்தை எடுத்துக்கொண்டு, "அப்பா! இது நல்ல மாமிசம். நான் வாயினால் கடித்துக் கடித்துப் பார்த்தேன். நாளைய தினம் இதைவிட நல்ல உணவு கொடுப்பேன். இதைத் தின்பாய்" என்று ஊட்டினார். கடவுளும் தின்பார்போல அம்மாமிசத் துண்டுகளும் மறைந்தன. பின்பு திண்ணனார், முன் நின்றுகொண்டு பலவிதமாகக் கடவுளிடம் பேசலாயினார்.

திண்ணனார் தம்மை முற்றிலும் மறந்துவிட்டார்; கடவுள் வசமானார். இதை நாணன் கண்டான். அவன் என்ன சொல்லியும் அவர் கேட்கவில்லை. ஊருக்கும் அவர், 'வரமாட்டேன்' என்று சொல்லிவிட்டார். நாணனும் காடனும் அவரை விட்டுவிட்டு ஊருக்குத் திரும்பிவிட்டனர்.

இரவு வந்தது. திண்ணனார் கடவுள் பக்தியிலேயே நின்றுகொண்டிருந்தார். இருட்டில் பாம்பு, புலி ஏதேனும் சுவாமியைக் கடித்துவிடுமோ என்று அவருக்குச் சந்தேகம். இரவு முழுமையும் கண்கொட்டாமல் வில்லும் கையுமாக அங்கேயே நின்றனர். விடியும் நேரம் ஆகிவிட்டது. அவர் கடவுளை நோக்கிச் "சுவாமி! பொழுது விடியப் போகிறது. இனிப்

பயமில்லை. சற்று நேரம் தனிமையாய் இருங்கள். நான் போய் வேட்டையாடி நல்ல மாமிசங் கொண்டுவந்துவிடுகிறேன்" என்று சொல்லி, அவரை நமஸ்கரித்து வெளியே சென்றார். அங்கும் இங்கும் அலைந்து மான், மயில் முதலியவற்றைக் கொன்று, அடுப்பு மூட்டி அவற்றை அவர் பக்குவப்படுத்தினார். பின்பு நல்ல தேன் கொண்டு வந்து, அதனில் பிழிந்து கலந்து கொண்டு ஓடி வந்தார்.

இதற்குள்ளாக அச்சுவாமிக்குத் தினந்தோறும் பூஜை செய்பவராகிய பிராமணர் அங்கே வந்தார். அவர் பெயர் சிவகோசரியார். அவர் விடியற்காலம் ஸ்நாநம் செய்து, மடி உடுத்தி, ஒரு குடலையில் புஷ்பங்களும், ஒரு குடத்தில் தீர்த்தமும், பால் முதலிய அபிஷேக சாமான்களும் கொண்டு வந்தார். அவர் அங்கு ஸ்வாமிமுன் செருப்படி பதிந்து கிடப்பதையும், மாமிசம் இறைந்து கிடப்பதையும் கண்டு பதைபதைத்து, "ஐயோ! இந்த அநியாயம் யார் செய்தார்?" என்று கூவி, அலகுகொண்டு அங்கு பெருக்கிச் சுத்தம் செய்தார். பிறகு அவர் பல மந்திரங்களையும் சொல்லிப் பூஜை செய்து திரும்பிப் போனார்.

பிறகு, திண்ணனார் முன்போல வாயில் ஜலமும், தலையில் பூவும், கையில் மாமிசமும் கொண்டு ஓடி வந்து சேர்த்தார். பழைய பூவைக் காலினால் அகற்றினார். செருப்பினால் சுவாமியின் தலையைத் தொடலாகாதென்பதை அவர் எவ்விதம் அறிவார்! வாயிலுள்ள நீரை மிகவும் அன்புடன் உமிழ்ந்தார். பின்பு மாமிசத்தைக் கீழே வைத்து, "ஐயனே! இன்றைய தினம் வெகு ருசியுள்ள உணவு கொண்டுவந்திருக்கிறேன். நானே சமைத்தேன். தேன் கலந்திருக்கிறேன்" என்று கூறி ஊட்டினார். இதற்குள் நாணனிடமிருந்து சமாசாரத்தை அறிந்த பெற்றோர்கள் வேறு பல வேடர்களுடன் அங்கு வந்து, அவரை ஆனமட்டும் அழைத்தனர். அவர் அவர்களுடன் பேசவேயில்லை. அவர் மனம் முழுமையும் ஸ்வாமியிடமே இருந்தது. அவர்கள் அவர் நிலையைக் கண்டு ஆச்சரியம் கொண்டு தம்மால் ஒன்றும் ஆகாதென்று போய் விட்டனர்.

அன்று இரவும் முன்போல் திண்ணனார் காவல் காத்து விடியற்காலம் வெளியே சென்றனர். சிவகோசரியார் முன்போல வருந்திப் பிறகு பூஜை செய்து சென்றார். இவ்விதம் நாட்கள் ஆறாயின, திண்ணனார் தவம் வரவர அதிகக் கடுமையாயிற்று. சிவகோசரியாரின் துக்கமும் மிக அதிகமாயிற்று. கடவுள் இருவரிடமும் அன்பு கொண்டார். அவர் சிவகோசரியாரின் கனவில் தோன்றி, "அன்பனே! நம்மிடம் யாரோ தினம் வந்து அனாசாரம் செய்துவிடுகிறாரே என்று நீ வருந்துகிறாய். அது பிசகு. அவன் நமக்குப் பரம பக்தன். அவனுடைய ஆன்புக்கு ஈடே இல்லை. அவன் கால் செருப்பால் எம் தலையில் தடவும்போது, அது எம் குமாரன் பாதங்கள் எம்மேல் படுவனபோலத் தோற்றுகின்றது, அவன் உமிழும் எச்சில் நீர், சங்கா ஜலத்தைவிட மேன்மையாகத்

தோற்றுகின்றது. அம்மம்ம! அவன் எமக்கு ஊட்டுவது மாமிசமா? அன்பையே அல்லவா அவன் ஊட்டுகின்றான்? பிராமணர்கள் யாகத்தில் கொடுக்கும் உணவை விட அதுவே எமக்கு இன்பம் கொடுக்கின்றது. அவன் மொழியும் வார்த்தைகள் வெகு ருசியாயிருக்கின்றன. வேதமொழிகளிடங் கூட எமக்கு அவ்வளவு இன்பமில்லை. அவனிடம் அவ்வளவு பக்தி உண்டா என்பதை நாளை உனக்குக் காட்டுகின்றேன்" என்று கூறி மறைந்தார்.

மறுநாள் பிராமணர் கோயிலுக்குச் சென்று மிகவும் பயபக்தியுடன் பூஜை செய்து, கடவுள் கூறின பக்தனைக் காணுமாறு ஒரு பக்கத்தில் ஒளிந்துகொண்டிருந்தார். அச்சமயம் கடவுள் ஒரு விளையாடல் புரிய எண்ணித் தம் வலக் கண்ணில் இரத்தம் பெருகச் செய்துகொண்டார்.

அச்சமயம் வெகு வேகமாகத் திண்ணனார் ஓடிவந்தார். ஸ்வாமியின் கண்ணிலிருந்து இரத்தம் வடிவதைக் கண்டார். அவருடம்பு நடுங்கிற்று. சமீபத்தில் ஓடிவந்து, "ஐயோ! இந்தக் குற்றம் செய்தது யாரோ? நான் பயந்தபடி ஆகிவிட்டதே! ஐயோ! யாரேனும் என் அப்பன் கண்ணைக் குத்திவிட்டாரோ? மாடு ஏதேனும் வந்து அவரைக் கொம்பால் முட்டியதோ? என்ன செய்வேன்!" என்று அவர் கதறினார். இரத்தத்தைத் துடைத்தார்; அது நிற்கவில்லை. அங்கு மிங்கும் ஓடினார். பச்சிலைகளைப் பறித்து வந்து பிழிந்து பார்த்தார். ஒன்றினாலும் அது தீரவில்லை. பின்பு நன்றாக யோசித்து, 'ஊனுக்கு ஊனே மருந்து' என்று எண்ணிக்கொண்டு, சிறிதும் பின்வாங்காமல், 'என் ஐயனுக்கு என் கண்ணைக் கொடுப்பேன்' என்று அம்பின் நுனியால் தன் வலக் கண்ணைப் பெயர்த்தெடுத்து, ஸ்வாமியின் கண்ணில் அப்ப, இரத்தம் நின்றது.

அதைக் கண்டதும் திண்ணனாருக்குச் சந்தோஷம் அளவில்லாமல் உண்டாயிற்று. ஆனந்தத்தால் அவர் குதித்தார். ஆனால், சிவபெருமான் இன்னும் அவருடைய பெருமையை உலகத்தார்க்குக் காட்ட எண்ணித் தமது இடது கண்ணிலிருந்தும் இரத்தத்தைப் பெருக்கினார். திண்ணனார் அதைக் கண்டார். அவருக்கு இப்பொழுது வருத்தமில்லை. 'கடவுளுக்குக் கொடுக்க இன்னும் ஒரு கண் என்னிடம் இருக்கிறது' என்று சொல்லி, மற்றொரு கண்ணையும் அவர் தோண்டலானார். ஆனால், அதையும் பிடுங்கிவிட்டால் அப்ப வேண்டிய இடம் தெரியாமல் போய்விடுமே! அதற்காகத் தமது செருப்புக் காலை அவ்விடக் கண்ணின் அருகில் வைத்துக்கொண்டு, அம்பின் நுனியைத் தமது கண்ணின் அடியில் வைத்தனர். அச்சமயம் திடீரென்று லிங்கம் வெடித்தது. கடவுள் அதனின்றும் வெளிப்பட்டு, அவர் கையைப் பிடித்துக் கொண்டு, "நில்லு கண்ணப்ப நில்லு கண்ணப்ப!" என்று கூறினர். தேவ துந்துபி முழங்கியது. பூமாரி பொழிந்தது. சிவகோசரியார் ஓடிவந்து கண்ணப்பர் கால்களைக் கட்டிக் கொண்டனர்.

சிவபெருமான் கண்ணப்பரை நோக்கி, 'அன்ப! உன் அன்பே அன்பு! அதற்கு ஈடு ஏது? இன்று முதல் நீ எமது சிவகணங்களுக்குத் தலைவனாய் இருப்பாய். எம் அருகிலேயே இருந்து கொண்டு எமக்குச் செய்யப்படும் பூஜைகளை நீயும் பெறுவாய். எம்மைத் தரிசித்தவர்கள் உன்னையும் தரிசிக்க வேண்டும்" என்று கூறி மறைந்தனர்.

இன்றும் காளத்தியில் கண்ணப்பர் கோயில்கள் பல இருக்கின்றன. அங்கே வில்லும் கையுமாக நிற்கும் கண்ணப்பரின் கோலம் மிகவும் அழகாயிருக்கிறது. அவரை எல்லோரும் வணங்குகிறார்கள். கண்ணப்பரைச் சங்கராசாரியாரும் புகழ்ந்திருக்கிறார். அவருக்கு உற்சவங்கள் பல கோயில்களில் நடக்கின்றன.

கலை மலிந்த சீர்நம்பி கண்ணப்பர்க் கடியேன்

7. நந்தனார்

நமது நாட்டில் நந்தனாரைப் பற்றிக் கேள்விப்படாதவரே இருக்கமாட்டார். அவரைப் பற்றியே நாடகங்களையும் எல்லோரும் கண்டிருக்கலாம். நந்தனார் மிகச் சிறந்த பக்தர். அவர் ஆதனூர் என்னும் ஊரில் புலையர் குடியில் பிறந்தனர்.

அவ்வூர் புலையர்கள் தங்கள் வழக்கப்படி உள்ள தொழில்களைச் செய்துவந்தனர். அவர்கள் நல்ல சரீரபலம் அமைந்து இருந்தார்கள். அவர்களிடம் சோம்பல் இல்லை. வயல்களில் அவர்களைப் போல் வேலை செய்பவர்கள் இல்லை. அவ்வூர்த் தோட்டங்களிலெல்லாம் அவர்களே பாடுபட்டு வந்தார்கள். அவர்கள் பொய் பேசுவதில்லை. அவர்களிடம் மிகுந்த தெய்வபக்தி உண்டு. அவர்கள் சாதாரண கிராம தேவதைகளையே பூஜித்து வந்தார்கள். அவற்றிற்கு ஆடு கோழி முதலியவற்றை வெட்டி அவர்கள் பூஜையிட்டார்கள். அவர்களுக்குக் கள் குடிப்பதில் விருப்பம் அதிகம். அதனைக் கடவுள்களுக்கும் படைப்பார்கள். அவர்களின் வீட்டுப் புறங்கள் சுத்தமாயிரா, எங்குப் பார்த்தாலும் எலும்பும் மாமிசங்களும் சிதறிக் கிடக்கும். நாய் எங்கும் நிறைந்து நிற்கும். பருந்துகளும் காக்கைகளும் சதா வட்டமிட்டுக்கொண்டிருக்கும். வீடுகளின் கூரைகளில் சுரைக்காய் படர்ந்து கிடக்கும். குழந்தைகள் இரும்புச் சங்கிலிகளை இடுப்பில் கட்டிக்கொண்டு நாய்க்குட்டிகளுடன் விளையாடி நிற்பார்கள்.

அவர்களுக்குக் படிப்பு இல்லை. சிவன் விஷ்ணு முதலிய தெய்வங்களிடம் அவர்களுக்குப் பக்தி உண்டு. ஆனால் அக்கோயில்களில் அவர்கள் நுழைவதில்லை. ஆதலால் அவர்களுக்கு அத்தெய்வங்களிடம் விசேஷ சிரத்தை இல்லை.

❖ T.V.சீதாராமன்

இத்தகைய இடத்தில் நந்தர் பிறந்தார். அவர் இளமையில் மற்றவர்களைப் போலவே இருந்துவந்தார். என்றாலும் அழுக்கிலும் ஆபாசத்திலும் அவருக்கு வெறுப்பு உண்டாயிருந்தது. மாமிசங்கள் சாப்பிடுவதிலும் கள் குடிப்பதிலும் அவருக்கு இஷ்டமேயில்லை. அவர் தினந்தோறும் குளித்து விபூதி இட்டுக்கொள்வார். வயதாகவாக அவருக்குச் சிவபக்தி ஏறிக்கொண்டு வந்தது.

ஊரில் அவர் தகப்பனார் கிராம வெட்டியான் வேலை பார்த்துவந்தனர். அதன்படி கிராமத்தின் நீர்ப் பாய்ச்சலை அவர் கவனித்துவந்தார். ஊரில் இறக்கும் மாடுகளை அவர் அப்புறப்படுத்த வேண்டும். அதற்காக அவருக்கு 'மானியம்' விடப்பட்டு இருந்தது. அந்த நிலத்திற்கு வரி இல்லை. அவர் தம் வேலையையும் பார்த்துக்கொண்டு, வயலிலும் உழைத்துவந்தார்.

அவரிடம் சிவபக்தி வர வர வளர்ந்துகொண்டே இருந்தது. அவர் அடிக்கடி அவ்வூர்ச் சிவன் கோயில் வாசல்களில் போய் நிற்பார். எங்காவது சிவபுராணம் வாசிப்பார்களானால் அங்கு அவரும் உண்டு. அவர் தூரத்தில் நின்றுகொண்டே மிகவும் ஆவலாகக் கதைகளைக் கேட்பர்.

அவர் தம்பட்டம், மத்தளம் இவற்றிற்கு நல்ல தோல்களைச் செப்பனிடக் கற்றிருந்தார். பசுக்களிலிருந்து கோரோசனை என்ற வாசனைச் சாமானும் அவருக்கு நிரம்பக் கிடைக்கும். அவர் அவற்றை யெல்லாம் எடுத்துக்கொண்டு சிவன் கோயில்களுக்குச் சென்று அவற்றைக் கொடுப்பர்.

அவரூருக்குச் சமீபத்தில் ஒரு பிரபலமான ஷேத்திரம் இருந்தது. அதற்குத் திருப்புன்கூர் என்று பெயர். அங்கு அடிக்கடி திருவிழா நடக்கும். அதற்கு எல்லோரும் போய் வருவதை நந்தனார் கண்டார். தாமும் ஒருநாள் போக வேண்டுமென்று அவர் தீர்மானித்தார். அக்கோயிலுக்காக அவர் வார், தோல், கோரோசனை இவற்றை நிரம்பச் சேகரித்தார். அவைகளை எடுத்துக்கொண்டு அவர் மிகுந்த பக்தியுடன் அவ்வூருக்குச் சென்றனர்.

அக்கோயிலை மூன்று முறை அவர் வலம்வந்தார். சந்நிதியில் வந்து நின்று அவர் தாம் கொண்டுவந்த பொருள்களைக் கீழே வைத்துத் தரையில் விழுந்து எழுந்தார். அப்பொழுது அஸ்தமன வேளை; தீபாராதனை சமயம். ஜனங்கள் திரள் திரளாய் வந்துகொண்டிருந்தனர். நந்தனார் ஸ்வாமியைப் பார்க்க முடியவில்லை. ஏனென்றால் குறுக்கே நந்தி என்னும் இடபம் படுத்திருந்தது. அவர் கண்களில் நீர் சொரிய, "அப்பனே! உம்மைத் தரிசனம் பண்ண எவ்வளவோ ஆவலுடன் வந்தேனே! குறுக்கே மாடு படுத்துக்கொண்டு மறைக்கிறதே! என்ன செய்வேன்! உம்மைப் பாராமலிருப்பேனோ?" என்று கதறினார். பக்தனின்

பரவசமொழிகள் பரமசிவனின் காதுகளில் விழுந்தன. அவர் நந்தியைக் கொஞ்சம் விலகியிருக்கும்படி உத்தரவிட்டார்.

நந்திதேவரும் உடனே வழியைவிட்டு விலகி நின்றார். தீபாராதனை நடந்தது. நந்தனார் ஈசுவரனைக் கண்ணாரக் கண்டு தரிசித்தனர். இவ்வாச்சரியத்தைக் கண்டு எல்லோரும் வியந்தார்கள்.

இன்றைய தினமும் திருப்புன்கூரில் நந்தி சிறிது விலகியே நிற்கின்றது. என்னே! பக்தியின் பெருமை! அதன் பின் நந்தனார் அவ்விடம் விட்டு அகன்றார். பக்கத்தில் சிவபிரான் கோயிலுக்காக நந்தவனமொன்றும் ஒரு பாழும் குளமும் இருந்தன. அக்குளத்தை நன்றாக வெட்டினால் எல்லோரும் அதனில் குளிக்கலாமே என்று நந்தனார் எண்ணினார். அதற்காக அவர் அவ்வூரிலேயே கொஞ்ச நாள் தங்கி அதை வெட்டியும் முடித்தார்.

இப்படியிருக்கும் காலத்தில் அவருக்குத் தில்லைக்குப் போக வேண்டுமென்ற ஆசை உண்டாயிற்று. தில்லை என்பது சிதம்பரத்திற்குப் பெயர். அங்கு பொன் அம்பலத்தில் நடராஜர் நடனம் புரிந்துகொண்டு நிற்கின்றார். அவரது பெருமைகள் எல்லையற்றவை. அவரைத் தரிசிக்க வேண்டுமென்று நந்தனார் விரும்பினார். ஆனாலும் அங்கு எப்படிச் செல்வர்? அக்கோயிலைச் சுற்றிலும் அந்தணர்களின் குடியிருப்பு வீடுகள் நிறைந்திருந்தன. அவர்களின் வீடுகளின்று எழும்ப ஓமப் புகை எங்கும் சூழ்ந்திருந்தது. வேதம் ஓதும் ஒலி எங்கும் நிரம்பிக் கிடந்தது. 'அவற்றிற்கு இடையில் யான் எப்படி நுழைவேன்?' என்று அவர் ஏங்கினார். இரவெல்லாம் அதே நினைவாகவிருந்து, 'நாளைப் போவேன்' என்று தீர்மானிப்பர். மறுநாள் எழுந்தவுடன், 'எவ்விதம் போவது!' என்று அவர் ஏங்குவர். இவ்விதமே பலநாட்கள் கழிந்தன. அவருக்குத் திருநாளைப் போவார் என்ற ஒரு பெயரும் ஏற்பட்டது. சேரியில் உள்ளவர்களுக்கு அவர் மனம் உள்ளபடி தெரியாததால் அவர்கள் அவரைப் பரிகாசம் செய்தார்கள்.

அவருக்குத் தில்லையின் மீதுள்ள ஆசை வர வர அதிகமாயிற்று. அதனை அடக்க அவரால் முடியவில்லை. 'எது வேண்டுமானாலும் ஆகட்டும்' என்று தீர்மானித்துக்கொண்டு அதை நோக்கி அவர் புறப்பட்டார். போகும் வழியிலுள்ள சிவக்ஷேத்திரங்களையெல்லாம் அவர் தரிசித்துக்கொண்டே சென்றார். தில்லைக் கோபுரங்களைக் கண்டவுடன் அவர் மனமுருகிக் கீழே விழுந்து வணங்கினர். "எம் பெருமானே! எனக்குத் தரிசனம் கிடைக்குமோ?" என்று விண்ணப்பித்தார். பின்பு எழுந்து அவர் அந்நகருக்கருகில் வந்து சேர்ந்தார்.

வேதகோஷங்கள் அவர் காதுகளில் விழுந்தன. யாக குண்டங்களிலிருந்தும் எழும் புகை ஆகாயத்தை மறைத்து நின்றது. நெய்யின் மணம் எங்கும் வீசியது. சைவர்களும் அந்தணர்களும் ஆங்காங்கு

நடமாடிக்கொண்டிருந்தனர். நந்தனார் இத்தகைய நகருக்குள்ளே நுழைய அஞ்சினார். ஆனால் கடவுளைத் தரிசிக்காமல் ஊருக்குத் திரும்ப அவருக்கு மனமில்லை. பட்டினிகிடந்து அங்கேயே சாவதாகத் திர்மானித்துவிட்டார். ஆனால் அவர் மனதில் ஒருவரிடமும் வெறுப்பு இல்லை. கடவுளிடம் நம்பிக்கை அவருக்குச் சிறிதும் குறையவில்லை. அவருடம்பு வர வர மெலிந்தது.

இப்படியிருக்க, நடராஜப் பெருமான் நந்தனாரின் பெருமையை உலகத்துக்குக் காட்ட எண்ணினார். ஒருநாளிரவு அவ்வூரிலுள்ளவர்களுக்கு எல்லாம் ஒரு கனவு தோன்றிற்று. அச்சமயம் கடவுள் அவர்கள் முன்தோன்றி, 'நந்தனாரை என் முன் அழைத்து வாருங்கள்' என்று கூறினார். தீக்ஷிதர்கள் ஆச்சரியங்கொண்டு எழுந்து, கடவுளை வணங்கி நந்தனாரைத் தேடலானார்கள்.

அவர் ஊர்ப்புற மதில்களுக்கு வெளியே மெலிந்த உடலுடன் சோர்ந்து கிடப்பதைக் கண்டனர். அவரது முகப் பொலிவும், விபூதியணிந்த நெற்றியும், ருத்திராக்ஷம் நிறைந்த மார்பும் அவரை ஒரு முனிவரோ என்று நினைக்கச் செய்தன. அவர் அவர்களைக் கண்டு நமஸ்கரித்து அவர்கள் வந்த சமாசாரத்தை அறிந்துகொண்டனர்.

உடனே அவர் மறுபடியும் கீழே விழுந்து, கண்களில் நீர் பெருகக் கைகளை உயரத்தாங்கி நடராஜனை நோக்கிக் "கருணாநிதியே! உன் கருணையை என்னென்பேன். நாய்க்கு நாட்டாண்மை கிடைத்தது போல் எனக்கு உம் தரிசனம் கிடைக்க இருக்கின்றதே! என்ன ஆச்சரியம்! நான் செய்த தவம்தான் என்ன?" என்று பலவாறு கூறி, தீக்ஷிதர்களுடன் சந்நிதிக்குச் செல்லலானார்.

அவரது பக்தியைக் கண்ட எல்லோரும் வியந்தனர். சந்நிதியில் சென்றதும் வெகு நாட்களாகத் தண்ணீரில்லாமல் தவிப்பவனாகிய ஒருவன் கங்காஜலத்தைக் கண்டவுடன் எவ்விதம் பருகுவானோ அவ்வண்ணமே நந்தனர் நடராஜனைக் கண்டவுடன் பரவசமாகித் தம்மை மறந்துவிட்டார். அச்சமயத்தில் திடீரென ஒரு ஒளி உண்டாயிற்று. பல மணியோசைகள் கேட்டன. தேவர்கள் புஷ்பமாரி பொழிந்தனர். மானிடர்கள், 'ஹர! ஹர' என்று கோஷித்தனர். நந்தனார் அவ்வொளியிற் பாய்ந்தார். அவர் நடராஜருடன் கலந்துவிட்டார் என்று எல்லோரும் கண்டுகொண்டனர்.

நந்தனாரும் ஒரு கடவுளானார். அவருக்குத் தினந்தோறும் பூஜை செய்யப்பட்டு வருகின்றது. அவருடைய அருள் அவர் ஜாதிக் குழந்தைகள் மிதும் மற்றெல்லார் மீதும் எப்பொழுதும் நிறைந்து கிடக்கின்றது. நமது நாட்டில் பல நந்தனார்கள் உண்டாகுவாராக.

செம்மையே திருநாளைப் பேவார்க்கு மடியென்

8. ஏனாதிநாதனார்

சான்றார் என்னும் பெயர் சாணார் என்று இப்பொழுது மாறி வழங்குகிறது. அவர்க்கு ஈழக் குலத்தவர் என்றும் ஒரு பெயருண்டு. சாணார் திருநெல்வேலி ஜில்லாவில் தீண்டாதவர்களெனக் கருதப்படுகின்றனர். ஈழவர் என்ற ஒரு ஜாதியார் மலையாளத்திலும் அவ்விதமே நினைக்கப்படுகின்றனர். சாணார் இப்பொழுது பெரும்பாலும் கள் இறக்கும் தொழிலை மேற்கொண்டிருக்கின்றார்கள். பலர் வியாபாரம், பயிர்த் தொழில் முதலிய காரியங்களையும் செய்துவருகின்றனர். அவர்களுக்குத் தேகபலமும் தைரியமும் அதிகம். ஏனெனில் அவர்களின் முன்னோர்கள் பெரிய போர் வீரர்களாக இருந்துவந்தனர்.

அச்சான்றார் குலத்தில் ஏனாதி நாதனார் என்ற ஒரு பெரியவர் தோன்றினார். அவர் மிகுந்த திடகாத்திரமுடையவர்; அஞ்சாத நெஞ்சினர்; அவர் படைக் கலன்களில் நன்கு தேர்ந்திருந்தார். சுற்றுப்புறங்களில் அவரைவிட வீரர் எவருமில்லை யென்று அவர் பெயர் வாங்கினார். அதனோடு அவர் மிகவும் சிறந்த பயபக்தியுள்ளவராகவும் இருந்தார். சிவன் அடியார்களைக் கண்டால் அவருக்கு வெகு பிரியம்.

இப்படியிருக்கும் காலத்தில் அவரிருந்த ஊருக்கு அயலில் அதிசூரன் என்ற மிகுந்த பராக்கிரமசாமி ஒருவன் இருந்தான். அவன் ஏனாதிநாதரின் பெருமைகளைக் கேட்டுப் பொறாமை கொண்டான். அவரைத் தொலைத்துவிட வேண்டுமென்று அவன் எண்ணம் கொண்டு மிகுந்த படைகளைத் திரட்டிக்கொண்டு அவருடன் யுத்தத்திற்கு வந்தான். ஏனாதி நாதரிடமும் பெரிய படையொன்று இருந்தது. இருபடைகளுக்கும் பெரிய யுத்தம் உண்டாயிற்று.

இரு பக்கங்களிலும் பலர் மாண்டனர். காரணமில்லாமல் பலர் இறப்பதைக் கண்டு ஏனாதிநாதர் வருந்தினார். பிறகு அவர் சிவபெருமானைத் தியானித்துக்கொண்டு தாமே நேரில் வந்து போர் புரிய அதிசூரனின் ஆட்கள் பயந்து ஓடலாயினர். அதிசூரனம் ஓட்டம் பிடித்தான்.

இவ்விதம் அவமானமடைந்த அதிசூரன் பின்னும் யோசிக்கலானான். நேரில் ஏனாதியை வெல்வது முடியாத காரியம் என்று தெரிந்துகொண்டான். அவரை வஞ்சனையால் கொல்ல வேண்டுமென்று அவன் தீர்மானித்தான். ஏனாதி சிவனடியார்களிடம் மிகவும் பக்தி கொண்டவர் என்பது அவனுக்குத் தெரியும். ஆகையால் அவன் நெற்றியில் நன்றாக விபூதி இட்டுக்கொண்டு ஏநாதியோடு மறுபடியும் சண்டைக்கு வந்தான். ஏனாதியும் அவனை எதிர்க்கப் புறப்பட்டனர்.

இச்சமயம் படைகளில்லாமல் தனி இடத்தில் தங்களுக்குள்ளேயே சண்டையைத் தீர்த்துக்கொள்ளலாம் என்று அதிசூரன் சொல்லியனுப்பினான். அதற்கும் ஏனாதி ஒப்புக்கொண்டார். அவன் அவரருகில் வரும் வரையில் தனது கேடயத்தால் தன் முகத்தை மறைத்துக்கொண்டு நின்றான். ஏனாதி வெகு வேகமாகக் கத்தியை ஓங்கிக்கொண்டு அவனை வெட்ட ஓடினார். ஆனால் அவனருகில் சென்றவுடன் அவன் நெற்றியைக் கண்டார். அவர் கை நடுங்கியது; கையிலுள்ள ஆயுதம் கீழே விழுந்தது. "ஐயோ! அதிசூரன் சிவனடியார் என்பதை அறியாமல் முன்பே போருக்கு வந்தேனே! இப்பொழுதும் அதனை எண்ணாமல் அவரைக் கொல்லவும் துணிந்தேனே! என்னை அவர் கொன்றாலும் கொல்லட்டும், சிவவேஷம் தரித்தவரை நான் தொடமாட்டேன்" என்று நின்று விட்டார்.

அதிசூரன் உண்மையில் சூரனே அன்று, அவன் கொடிய பாவி. அவன் போட்டது வேஷமே யன்றி உண்மையல்ல. அவன் ஏனாதிநாதரை மடக்கவே அவ்விதம் செய்தான். அவன் பழி பாவங்களுக்குச் சிறிதும் அஞ்சாமல் மகா புண்ணியாத்துமாவான ஏனாதியைக் கொன்றுவிட்டான். அச்சமயம் ஆகாயத்தில் தேவதுந்துபி முழங்கியது. ஈசுவரன் விருஷபத்தின்மேல் ஏறிக்கொண்டு உமையுடன் அங்கு தோன்றினார். ஏனாதி தேவ உடம்பு பெற்று அவர்களை அடைந்தனர்.

ஏனாதியின் வீரமே வீரம். சாதாரணமான எந்த மனிதனையும் அவர் வென்றுவிடுவார். ஆனால் சிவபக்தி அவரிடம் அதிகம் இருந்தது. அதையே அவர் பெரிதாகப் பாவித்தார். ஆகையால் அவர் அற்ப உடலை எறிந்துவிட்டுத் தேவ உடலைப் பெற்றார். ஏனாதிநாதர் நாயன்மார்களுள் ஒருவரானார். அவருடைய உருவம் திருநீலகண்டர், கண்ணப்பர், நந்தனார் இவர்களுடன் கோயில்களில்

வைக்கப்பட்டிருக்கின்றன. அவர் கையும் படையுமாக உலகத்துக்கு ஒரு உண்மையை உரைத்துக்கொண்டு நிற்கின்றனர். அதாவது உண்மையே வீரம்; பக்தியே வீரம் என்பது.

ஏனாதிநாதன் தன் அடியார்க்கு மடியேன்

9. கடவுள் எடுத்த வேடம்

இதுகாறும் பாணர்முதலிய ஜாதியாருள் பெரியோர் சிலரது சரித்திரங்களைப் படித்தோம். இப்பொழுது கடவுளே தாழ்ந்த வகுப்பினரின் உருவத்தை எடுத்துக்காட்டின ஒரு வரலாற்றைப் பற்றி ஆராய்வோம்.

சோழநாட்டில் திருவாரூர் என்ற ஒரு பட்டணம் இருக்கின்றது. அங்கே ஸ்ரீ தியாகராஜாவுக்கு ஒரு கோயில் இருக்கிறது. அதில்தான் திருநீலகண்ட யாழ்ப் பாணருக்காக விட்டவாசல் விடப்பட்டது என்று நாம் படித்தோம். சுமார் ஆயிரம் வருஷங்களுக்கு முன்னே சுந்தரமூர்த்தி என்ற ஒருவர் தியாகராஜாவைப் பூஜித்துவந்தார். அவரிடம் கடவுளுக்கு மிக்க அன்பு உண்டு. அவர் கேட்ட எதையும் கடவுள் கொடுத்துவிடுவார்.

அப்படியிருக்கும் காலத்தில் அப்பட்டணத்திற்கு அருகில் அம்பர் என்ற ஒரு கிராமத்தில் ஒரு பிராமணர் இருந்தார். அவர் பெயர் சோமயாஜி, அவர் நன்றாக வேதங்களைக் கற்றிருந்தார். அவர் அடிக்கடி ஸோமயாகமும் செய்வர். ஸோமா என்பது ஒரு வகைச் செடியின் பெயர். அதன் ரஸத்தைப் பிழிந்து தேவதைகளுக்காக நெருப்பில் இட்டு அவர் தாமும் பருகுவர். தேவர்களுள் மேலானவர் தியாகராஜரே என்று அவர் எண்ணியிருந்தார். நேரில் அக்கடவுள் வந்து தம்மிடமிருந்து அந்த ஸோமரஸத்தைப் பெற்றுக்கொண்டால் நன்றாயிருக்கும் என்று அவர் எண்ணலானார். அதன் பொருட்டு அவர் சுந்தரரைப் பார்க்க சென்றார்.

சுந்தரர் அவருடைய பக்தியைப் பார்த்துக் கடவுளிடம் அவ்விண்ணப்பத்தைத் தெரிவிப்பதாகக் கூறினார். அவ்வண்ணமே கடவுளிடமும் அன்று அவர் கூறினார். கடவுள் சுந்தரர் எது

கேட்டாலும் இல்லை என்று சொல்வது இல்லை. ஆதலால் அவர் ‘சரி’ என்று ஒப்புக்கொண்டார். ஆனால் அவர், “சுந்தர! யாம் எவ் உருவத்திலும் வருவோம். உன் நண்பன் அறிந்துகொள்ள வல்லவனாகில் அறிந்துகொள்ளட்டும்” என்று அருளினார். அவ்விதமே சுந்தரரும் ஸோமயாஜியிடம் சொல்லிவிட்டனர்.

பிராமணர் நல்ல நாளொன்று பார்த்து யாகம் செய்ய ஆரம்பித்து விட்டார். அநேகம் ஜனங்கள் அங்கு கூடியிருந்தனர். ஸ்ரீ தியாகராஜர் தம் பக்தனுக்குக் காட்சி கொடுக்க எண்ணினார். மணி பன்னிரண்டு இருக்கும். யாக சாலையில் ஸோமயாஜி பெரிய ஓமம் வளர்த்து அதனில் செய்ய வேண்டுவனவற்றை யெல்லாம் செய்து முடித்தார். ஸோமரஸத்தை ஒரு பாத்திரத்தில் எடுத்துக் கடவுளை நோக்கி மந்திரங்களை ஜபித்தார்.

அச்சமயம் ஒரு புறத்திலிருந்து தாரை ஊதும் சத்தம் கேட்டது, தம்பட்ட ஒலியும் கேட்டது. அங்கிருந்தார் அனைவரும் திரும்பிப் பார்க்கப் பறையர்களின் பெரியதோர் கூட்டம் வந்துகொண்டிருந்ததைக் கண்டனர். அவர்கள் மிக்க குதூகலத்துடன் ஆடிக்கொண்டும் பாடிக்கொண்டும் வந்தனர். அவர்களின் தலைமையில் மிக்க காந்தியுடன் ஒருவர் விளங்கினார். அவர் இடுப்பில் ஒரு சிறு துணியும் தலையில் பெரியதோர் முண்டாசும் கட்டியிருந்தார். அவர் சரீரம் இருப்புத் தகடுபோல் மின்னிற்று. கண்கள் சிவந்திருந்தன. மீசை மயிர் நீண்டிருந்தது. அவர் முதுகில் செத்த சேங்கன்றொன்று அசைந்து கிடந்தது. நான்கு நாய்களை அவர் சங்கிலி கோத்து இடுப்பில் கட்டியிருந்தார். அவர் கையில் சிறிய பறையொன்று இருந்தது. அவர் பக்கத்தில் ஒரு ஸ்திரி தலையில் கட்குடமொன்று வைத்துக்கொண்டிருந்தனள். அவளது இரு புறங்களிலும் இரண்டு பிள்ளைகள் குதித்துக்கொண்டு வந்துகொண்டிருந்தனர்.

இவ்வண்ணம் வந்த கூட்டத்தை எல்லோரும் உற்றுநோக்கினர். சிலர் தீண்டாதவர் என்றோடினர். சிலர் “போங்கள் போங்கள்” என்றோட்டினர். ஆனால் ஸோமயாஜி கூட்டத்தின் தலைவரின் முகத்தை எறிட்டுப் பார்த்தார். இவரே கடவுள் என்று அவருக்குத் தோன்றிற்று. அவரிடம் ஓடிக் கையிலிருந்த பாத்திரத்தை அவர் நீட்டினார். அவரும் அதனை வாங்கிப் பருகினார்.

உடனே ஒரு ஆச்சரியம் உண்டாயிற்று. அத்தலைவர் சிவபிரானார். கன்று இருஷபமாயிற்று, அந்த ஸ்திரீ பார்வதியானாள், பிள்ளைகள் வினாயகரும் சுப்பிரமணியருமாயினர். நாய்கள் வேதங்களாயின. கூட வந்தவர்கள் தேவகணங்கள் ஆயினர். இவ்விதம் எல்லாம் மாறிவிட்டன. அதனைக் கண்டு அனைவரும் ஆச்சரியமுற்றனர்.

அப்பொழுது ஈசன் ஸோமயாஜியை நோக்கி, “அன்பனே! உனக்கு உண்மையறிவு இருந்தமையால் எம்மை அறிந்துகொண்டாய். எமக்கு

ஒரு ஜாதிக்கும் மற்றொன்றிற்கும் வேற்றுமையில்லை என்று காட்டவே இவ்வேஷம் கொண்டோம். வேற்றுமை உண்டென்று எண்ணியிருந்தால் நீ எம்மை இழந்திருப்பாய். உன் செய்கை நல்லதாயிற்று. இவ்வுண்மையை நீ உலகத்தில் அனுஷ்டித்துக் காட்டி வெகுநாள் வாழ்ந்திருந்து பின் எம் திருவடியை அடைவாய்" என்று கூறி மறைந்தனர்.

அவர் முதலில் எடுத்த வடிவத்துடன் அவ்வூர்க் கோயிலில் கடவுள் இன்றும் பூஜிக்கப்பட்டு வருகின்றார்.

அம்பரான் சோமாசி மாறனுக்கும் அடியேன்

10. பிதிருக்கள் எடுத்த வேடம்

இதுவரையில் நாம் பழைய புராணக் கதைகளைப் பற்றிப் பேசி வந்தோம். இப்பொழுது சமீபத்தில் நடந்ததாகக் கூறப்படும் ஒரு வரலாற்றை விவரிப்போம்.

தஞ்சாவூர் ஜில்லாவில் காவிரிக் கரையில் திருவிசை நல்லூர் என்று ஒரு கிராமம் இருக்கிறது. அங்கே சுமார் நூறு வருஷங்களுக்கு முன் ஒரு அந்தணர் இருந்தார். அவர் பெயர் வெங்கட்டராம அய்யர். அவர் கல்வியில் மிகத் தேர்ந்தவர். எல்லோரும் அவரை 'ஐயாவாள்' என்று அழைப்பர். அவர் மிகவும் கடவுள் பக்தி பூண்டவர். ஆனால், மூடபக்தி அவரிடம் இல்லை. எல்லோரிடத்திலும் அவருக்கு அன்பு அதிகம். ஆனால் வெளி வேஷத்திற்காக அவர் ஒன்றும் செய்ய மாட்டார்.

அவர் வீட்டில் ஒரு சமயம் அவர் செய்ய வேண்டிய திதி ஒன்று நேர்ந்தது. ஐயாவாள் அதற்காக வேண்டிய யாவற்றையும் சேகரித்தனர். அந்தணர்களுக்கு அன்னமும் தயாரிக்கப்பட்டது. அச்சமயம் தற்செயலாய் அவர் தம் வீட்டின் கடைப்புறம் சென்றார். அங்கே வயது சென்ற இரண்டு கிழவர்கள், கண் சுழன்று, காதடைத்துப் படுத்துக்கொண்டு இருந்தனர். அவர்களைக் கண்டதும் ஐயாவாளுக்கு ஒன்றும் தோன்றவில்லை. அவர் அவர்களிடம் ஓடி அவர்களைத் தூக்கிக் கொஞ்சம் மூர்ச்சை தெளிவித்தனர். அவர்கள் ஜாதியில் ஆதித் திராவிடர்கள் என்று அறிந்தும் அவர்களிடம் அவருக்குச் சிறிதும் வெறுப்பு உண்டாகவில்லை. பிறகு அவர்கள் பசியினால் மிகவும் களைப்புற்று இருக்கிறார்கள் என்று அறிந்து, உள்ளே வந்து, சிராத்தத்திற்காகத் தயாரிக்கப்பட்டிருந்த சோற்றை அவர்களுக்கு இட்டார். அவர் வயிறார உண்டு வாழ்த்திவிட்டுப் போயினர்.

❖ T.V.சீதாராமன்

இச்சமாசாரம் ஊரெங்கும் பரவிவிட்டது. எல்லோரும் ஒன்று கூடி அவர் செய்தது தவறு என்றார்கள். அவர் கங்கையில் ஸ்நாநம் செய்து வந்தாலல்லாமல் அவர் வீட்டுக்கு ஒருவரும் போகக் கூடாது என்றனர். அவர் அதற்காக வருந்தவே இல்லை. தாம் செய்தது தவறல்ல என்பது அவருக்குத் தெரியும். என்றாலும் அதை எல்லோரும் உணரும் பொருட்டு அவர் ஒரு காரியம் செய்தனர். அவர் கடவுளை நோக்கி, "ஐயனே! எல்லா உயிர்களிலும் நீர் இருக்கின்றீர் என்பதை நான் அறிந்தவன். எனக்கு எல்லோரும் சமம். அதை அறிந்தே நான் பிதிர் தினத்தன்றும் ஆதித் திராவிடர்களுக்கு அன்னம் இட்டேன். நான் செய்தது சரியாகுமானால் இவர்கள் விரும்பம்படி நான் கங்கா ஸ்நாநம் செய்ய அக்கங்கையை இங்கு வரச் செய்ய வேண்டும்" என்று பிரார்த்தித்தனர். உடனே அவர் வீட்டிலிருந்த கிணறு பொங்கி வழிந்தது. அச்சமயத்தில் கடவுளும் ஆகாய வழியாக 'ஐயாவாள் செய்தது முற்றிலும் ஞாயமே. கொல்லைப்புறத்தில் வந்தவர்கள் சாதாரண மனிதரல்லர். அவர்கள் அவரின் பிதுருக்களே. அவரைச் சோதிக்க அவ்வுருவுடன் வந்தார்கள். உயிர்கள் எல்லாம் ஒன்றே. அப்படி எண்ணுபவர்கள் பரிசுத்தமானவர்கள். அதை அறியாதவர்களே அழுக்குள்ளவர்கள். அவர்களுக்கே கங்கா ஸ்நாநம் வேண்டும்" என்றது. எல்லோரும் மிகவும் ஆச்சரியங்கொண்டு ஐயாவாளிடம் மன்னிப்புக் கேட்டுக்கொண்டனர். பிறகு எல்லோரும் கங்கா ஸ்நாநமும் செய்தனர். அக்கிணறு இன்றும் அவ்வூரில் புண்ணியக் கிணறு என்று கொண்டாடப்பட்டு வருகிறது.

சுபம்

தேவாரம்

சங்கநிதி பதுமநிதி இரண்டும் தந்து
தரணியொடு வானாளத் தருவரேனும்,
மங்குவா ரவர் செல்வம் மதிப்போ மல்லோம்
மாதேவர்க் கேகாந்தர் அல்லர் ஆகில்,
அங்கமெலாம் குறைந்தழுகு தொழுநோயராய்
ஆவுரித்துத் தின்றுழலும் புலைய ரேனும்
கங்கைவார் சடைக்கரந்தார்க்(கு) அன்பராகில்
அவர்கண்டீர் நாம்வணங்கும் கடவுளாரே.

திருச்சிற்றம்பலம்
(அப்பர்)